GURMUKHI
PUNJABI
TEACHER

A-Z Plus

ਪੰਜਾਬੀ ਗੁਰਮੁਖੀ

पंजाबी गुरुमुखी

پنجابی گورمکھی

Prof. Ratnakar Narale

Sunita Narale

RatnakaR
PUSTAK BHARATI
BOOKS-INDIA

Author :
Dr. Ratnakar Narale
B.Sc. (Nagpur Univ.), M.Sc. (Pune Univ.), Ph.D. (IIT), Ph.D. (Kalidas Sanskrit Univ.)
Prof. Hindi. Ryerson University, Toronto
web : www.books-india.com   email : books.inidia.books@gmail.com

Sunita Narale
B.A., Punjab University

Book Title : Gurumukhi Teacher ਗੁਰਮੁਖੀ ਟੀਚਰ

This methodical Colour Coded and nicely illustrated book is based on extensive **R&D**, Effective Techniques and Improved Ways beneficial to the Readers to give them proper return for their investment of Time and Money. The Vocabulary and Illustrations are selected carefully to offer a window to the topics. The Colour coding make this book effective in results and easy for use. You will not find such contemplative and innovative work in any Punjabi-Gurumukhi learning book. Read each word of this book and your success is assured. This book is designed to learn **GURUMUKHI**, but you may learn **Punjabi** too.

Wholesale/Retail Enquiry Contact :
Ingram, Baker & Taylor, Amazon, Barnes and Noble, Books-India or any other International Book Distributor.

Published by :
PUSTAK BHARATI (Books-India)
Division of PC Plus Ltd.,

FOR :
Sanskrit Hindi Research Institute, Toronto

Copyright ©2015
ISBN 978-1-897416-76-1

ISBN 978-1-897416-76-1

© All rights reserved. No part of this book may be copied, reproduced or utilised in any manner or by any means, computerised, e-mail, scanning, photocopying or by recording in any information storage and retrieval system, without the permission in writing from the authors.

INDEX

INTRODUCTION	iv
Punjab, at the center of the earth (World Hindu Population)	v
The Indian States and Sikh Population	vii
The Glorious State of Punjab	viii
Ratnakar Books	ix
Understand this before you begin	x
LESSON 1 The GURUMUKHI Hindī Alphabet	1
LESSON 2 Speaking Punjabi Characters	5
LESSON 3 Reading and Writing GURUMUKHI	8
LESSON 4 GURUMUKHI Accent Marks	38
LESSON 5 The Punjabi-Gurumukhi Pictorial Dictionary	78
LESSON 6 Reading Punjabi-Gurumukhi Literature	91
Vidhata Singh Teer	91
Bhai Veer Singh	101-108

THIS BOOK IS DESIGNED TO LEARN

READING and WRITING

GURUMUKHI

But

YOU MAY LEARN

PUNJABI VOCABULARY TOO

OTHER EDUCATIONAL BOOKS by RATNAKAR NARALE

ੴ ਸਤਿਗੁਰ ਪ੍ਰਸਾਦਿ ॥
North York Sikh Temple
2400 Finch Ave. West, North York, Ontario M9M 2C8 • Tel: 41-741-5029
Ont. Reg# 1101011 Charity # 89415-1935-RR0001

Sept 20, 2015

Whom it may concern:

Prof. Narale is popular for his outstanding Language learning books. His books are well known for their systematic methodology and unique presentation. He has written books for learning several Indian Languages and they are all hit on amazon. We viewed his well written new book "GURMUKHI TEACHER" with great pleasure. The color coded material is nicely put together with lots of valuable information.

His presentation of Punjabi language and Sikh culture on the world stage is unique and impressive. We are sure this book will be an ideal source material for Learning and Teaching Gurmukhi for those who live in English speaking countries. Its lucid teaching techniques and colorful presentation makes it attractive for both teachers and students. We heartily congratulate him for the painstaking work and we are happy to recommend this textbook to Gurmukhi learners and teachers.

Gurdev Singh Mann

President

416-881-2000

Puran Singh Pandhi

Vice President

905-789-6670

It is not official without stamp

INTRODUCTION

Language is the key to teach CULTURE to the children. Punjabi, or any other Indian languages, has culture integrated in it. The author of the GURUMUKHI SCRIPT learning book must use each step of his teaching to incorporate Punjabi expressions and vocabulary in the lessons, exercises and examples.

This methodical book is based on extensive **R&D**, Effective Techniques and Improved Ways beneficial to the Readers to give them proper return for their investment of Time and Money. The book begins with simple primary steps and moves forward with **Authentic EXAMPLES** coupled with **Progressive Exercises** suitable to each context to bring home the topic being discussed. The Vocabulary and Illustrations are selected carefully to offer a window to the topics, as used in Real Life Situations. You will not find such contemplative and innovative work in any Punjabi learning book. This fully illustrated and aim oriented book is available at Ingram, www.amazon.com and many other international book distributors.

This book addresses need of all age groups. The learning is done through innovative patterns and exercise. The book is written with Step-by-Step methodology and designed to approach innovative way of teaching and self-learning Gurumukhi language. The color coded material is nicely put together with a variety of valuable information for user friendly learning.

English language does no have exact equivalents for lots of the Punjabi characters. For this reason, in this book, Hindi equivanents are given for those Punjabis who can read Hindi, the National Language of India.

You are about to discover in this book a wholly novel technique of learning and teaching Punjabi, which you have never seen before, even if you already know or teach Punjabi. Please give it a try. Please follow the instructions to assure your success.

Even if you JUST READ EVERY WORD of this book, patiently and thoughtfully, you will be able to read Punjabi writings and understand GURUMUKHI words and sentences with confidence.

Ratnakar
Sunita

Shrī Guru Nānak Dev Jī, Aadi Guru

Aptil 15, 1469 (Shri Nanakna Sahib, Talwandi) - Sept 7, 1539 (Shri Kartarpur Sahib)

Father : Mahta Kalyan Das Bedi

Mother : Mata Tripti ji

Sons : Baba Shri Chand ji, Baba Lashmi Das ji

PUNJAB, AS THE CENTER OF THE EARTH

SIKH POPULATION OF THE WORLD

ix

Our Glorious Punjab State
ਸ਼ਾਨਦਾਰ ਪੰਜਾਬ ਪ੍ਰੋਵਿੰਸ

UNDERSTAND and REMEMBER THIS BEFORE YOU BEGIN

A unique, but important, aspect of this book is the upgraded and innovative *transliteration*, which will produce the most authentic Punjabi sounds through modified English letters. Study the comparative examples given below and learn our improved method for your benefit.

TABLE 1 : Use of letters ā, ī, and ū

Letter	Sound	Punjabi	Common	In this book
ā	Aa	ਮੇਰਾ ਨਾਮ ਕਾਕਾ ਹੈ	Mera nam kaka hai	merā nām kākā hai
ū	oo	ਸੂਰਜ ਦੂਰ ਹੈ	Suraj door hai	sūraj dūr hai
ī	ee	ਨਦੀ ਦਾ ਪਾਣੀ	Nadee da panee	nadī dā pāṇī

TABLE 2 : Writing the NASAL SOUND with ̈ sign in English Transliteration

Rule : The ̈ sign gives a NASAL SOUND to the letter under that ̈ sign.

(e.g. ਹਾਂ = ā̈, ਨੂੰ = ṻ)

Punjabi	English	Common	In this book	Hindi
ਹਾਂ	Yes	han	hā̈	हाँ
ਮੈਨੂੰ	To me	mainun	mainṻ	मैनूं

Come! let's learn Gurumukhi-Punjabi

ਗੁਰਮੁਖੀ ਪੰਜਾਬੀ ਸਿੱਖਣ ਆਵੇ

PLEASE READ EACH WORD OF THIS BOOK and YOUR SUCCESS IS ASSURED

LESSON 1
THE GURMUKHI ALPHABET

Gurmukhi Vowel Marks

ਾ	ਿ	ੀ	ੁ	ੂ	ੇ	ੈ	ੋ	ੌ
ā	i	ī	u	ū	e	ai	o	au

Gurmukhi Mukta Alphabet

ੳ	ਅ	ੲ	ਸ	ਹ
u	a	i	s	h
ਕ	ਖ	ਗ	ਘ	ਙ
k	kh	g	gh	ng
ਚ	ਛ	ਜ	ਝ	ਞ
ch	chh	j	jh	nj
ਟ	ਠ	ਡ	ਢ	ਣ
ṭ	ṭh	ḍ	ḍh	ṇ
ਤ	ਥ	ਦ	ਧ	ਨ
t	th	d	dh	n
ਪ	ਫ	ਬ	ਭ	ਮ
p	ph	b	bh	m
ਯ	ਰ	ਲ	ਵ	ੜ
y	r	l	v	ḍ

ਸ਼	ਖ਼	ਗ਼	ਜ਼	ਫ਼	ਲ਼
sh	kẖ	gẖ	z	f	ḻ

THE PUNJABI ALPHABET

PRONOUNCING PUNJABI CHARACTERS

- (1) **Guttural** = with throat
- (2) **Palatal** = with palate
- (3) **Cerebral** = with cerebrum
- (4) **Dental** = with teeth
- (5) **Labial** = with lips
- (6) **Nasal** = with nose
- (7) **Teeth,** (8) **Tongue** (9) **Uvula**

REMEMBER : PUNJABI IS A LANGUAGE AND GURMUKHI IS A SCRIPT.

PLEASE NOTE :

(i) In any Punjabi word, when written in English script, **the sound of letter 'e' (ਏ) is 'ay' as in Bay**, not like 'i' or 'ee' (ਇ, ਈ) as in English words B<u>e</u> or B<u>ee</u>. Therefore, the Punjabi word 'merā' (मेरा) sounds like '<u>**mayraa,**</u>' not miraa or meeraa. (e = ਏ).

(ii) Also, please note that letter "ā" indicate long sound of letter "a" for example : Rām = Raam, Raama = राम not Raamaa रामा, here "Rā" has long "aa" sound and "ma" has short "a" sound.

LESSON 2
SPEAKING THE GURMUKHI SCRIPT PUNJABI CHARACTERS

English language *does no have exact equivalents for lots of the Punjabi characters. Therefore, Hindi equivalents are given for those Punjabis who can read Hindi, the National Language of India.

Punjābī	Hindī	English, sounds as in			Punjābī	Hindī	English, sounds as in		
ੳ	(उ, उप)	ū, oo	in	m<u>oo</u>n	ਤ	(त, तक)	t	in	*Is<u>t</u>anbul
ਅ	(अ, अब)	A	in	<u>A</u>merica	ਥ	(थ, थन)	th	in	*pan<u>th</u>er
ੲ	(इ, इक)	I	in	<u>I</u>ndia	ਦ	(द, ल)	d	in	*o<u>th</u>er
ਸ	(स, सब)	s	in	<u>s</u>nake	ਧ	(ध, धन)	dh	in	*Bu<u>ddh</u>a
ਹ	(ह, हद)	h	in	<u>h</u>and	ਨ	(न, नल)	n	in	pa<u>n</u>t
ਕ	(क, कल)	k	in	<u>k</u>it	ਪ	(प, पल)	p	in	<u>p</u>en
ਖ	(ख, खल)	kh	in	*Si<u>kh</u>	ਫ	(फ, फल)	ph	in	<u>ph</u>one
ਗ	(ग, गऊ)	g	in	<u>g</u>ood	ਬ	(ब, बल)	th	in	<u>b</u>ut
ਘ	(घ, घर)	gh	in	<u>gh</u>ost	ਭ	(भ, भव)	th	in	*a<u>bh</u>or
ਙ	(ङ, अङ्ग)	ng	in	*ju<u>ng</u>le	ਮ	(म, मन)	dh	in	<u>m</u>ug
ਚ	(च, चल)	ch	in	<u>ch</u>in	ਯ	(य, यम)	n	in	<u>y</u>es
ਛ	(छ, छल)	chh	in	*wit<u>ch</u>-hunt	ਰ	(र, रब)	p	in	<u>r</u>ub
ਜ	(ज, जल)	j	in	<u>j</u>ug	ਲ	(ल, लब)	l	in	<u>l</u>ove
ਝ	(झ, झल)	jh, dgeh	in	*he<u>dge</u>hop	ਵ	(व, वर)	V, w	in	<u>V</u>olks<u>w</u>agon
ਞ	(ञ, पञ्जा)	nj	in	*e<u>nj</u>oy	ੜ	(ड़, धड़)	rr	in	*bu<u>rr</u>
ਟ	(ट, टल)	t	in	<u>t</u>ouch	ਸ਼	(श, शक)	sh	in	<u>sh</u>op
ਠ	(ठ, ठग)	th	in	*ho<u>t</u>-house	ਖ਼	(ख़, ख़त)	Kh	in	*<u>Kh</u>yber
ਡ	(ड, डर)	d	in	<u>d</u>ay	ਗ਼	(ग़, ग़म)	gh	in	*<u>gh</u>ast
ਢ	(ढ, ढल)	dh	in	*a<u>dh</u>are	ਜ਼	(ज़, ज़रा)	z	in	*<u>z</u>ebra
ਣ	(ण, कण)	n	in	*hu<u>n</u>t	ਫ਼	(फ़,)	f	in	*<u>f</u>rame

REMEMBER : PUNJABI IS A LANGUAGE AND GURMUKHI IS A SCRIPT.

EXERCISE 1 : Identify the following **8** groups of Punjabi letters, grouped according to their shapes. The answer is given on next page for your help. Do this exercise several times, until you are happy.

1	ੳ	ਤ	ਭ	ਡ	ੜ	
2	ਮ	ਸ	ਸ਼	ਜ	ਜ਼	ਚ
3	ਕ	ਖ਼	ਦ	ਦ਼	ਵ	
4	ਹ	ਰ	ਗ	ਗ਼		
5	ਟ	ਣ	ਉ	ਠ	ਫ	ਫ਼
6	ਪ	ਧ	ਜ	ਖ	ਥ	ਖ਼
7	ਅ	ਘ	ਥ	ਬ		
8	ਨ	ਲ	ੜ	ਬ	ਛ	

Answer to Exercise 1 : Do the above exercise until you are comfortable reading each letter easily and quickly.

REMEMBER : PUNJABI IS A LANGUAGE AND GURMUKHI IS A SCRIPT.

LESSON 3

READING AND WRITING
GURMUKHI SCRIPT MUKTA LETTERS

REMEMBER : PUNJABI IS A LANGUAGE, AND GURMUKHI IS A SCRIPT.
Punjabi is not a script and Gurmukhi is not a language.
Punjabi is generally written in Gurmukhi, Hindi or Urdu scripts.

ਪੰਜਾਬੀ पंजाबी پنجابی

Muktā Letter Definition : A consonant free from vowel sign is a <u>muktā letter</u> (ਮੁਕਤਾ ਅੱਖਰ).
Literally muktā letter means, a letter free from any added voewl sign. The following are the Grumukhi script muktā letters :

(3.1) GURMUKHI MUKTA LETTERS

ਅ ਸ ਹ ਕ ਖ ਗ ਘ ਙ ਚ ਛ ਜ ਝ ਞ ਟ ਠ ਡ ਢ ਣ
ਤ ਥ ਦ ਧ ਨ ਪ ਫ ਬ ਭ ਮ ਯ ਰ ਲ ਵ ੜ
ਸ਼ ਖ਼ ਗ਼ ਜ਼ ਫ਼ ਲ਼

English language *<u>does no have exact equivalents</u> for lots of the Punjabi characters. For thia reason, in this book, Hindi equinvants are given for those Punjabis who can read Hindi, the National Language of India.

GURMUKHI ALPHABET

1. ūrā

ūrā is the first letter of Gurumukhi alphabet. It is a vowel. It is comparable with English vowel short u as in put and as Hindi vowel उ as in कुत्ता. When a word begins with this vowel, the ūrā is written as letter ੳ . When ūrā comes after any consonant, the ūrā is written as the vowel sign *auṅkar* (◌ੁ) placed at the botton of that consonant, as in k + u = ku ਕੁ (कु)

2. airā

airā is the second letter of Gurumukhi alphabet. It is also a vowel. It is comparable with English vowel hort a as in amerikā and as Hindi vowel अ as in अब. When a word begins with this vowel, the airā is written as letter ਅ . When airā comes after any consonant, the airā is written as the vowel sign *kannā* (◌ਾ) placed on the right side of that consonant, as in k + a = ka ਕਾ (का)

3. īrī

īrī is the third letter of Gurumukhi alphabet. It is a consonant. It is comparable with English vowel hort i as in it and as Hindi vowel इ as in इस. When a word begins with this consonant, the īrī is written with vowel sign *sihārī* (ਿ) attached on the left side of īrī, as in *sihārī* + īrī = ਇ (इ)

4. sassā

sassā is the fourth letter of Gurumukhi alphabet. It is a consonant. It is comparable with English letter s as in snake and as Hindi letter स as in सब.

EXERCISE : Read the following Gurumukhi words :

ਆਸ, ਸਸ

ANSWERS : *ās* आस (Hope), *sas* सस (Mother-in-law)

5. hahhā

hahhā is the fifth letter of Gurumukhi alphabet. It is a consonant. It is comparable with English letter h as in hen and as Hindi letter ह as in हम.

6. kakkā

kakkā is the sixth letter of Gurumukhi alphabet. It is a consonant. It is comparable with English letter k as in kit and as Hindi letter क as in कब.

7. khakkhā

khakkhā is the seventh letter of Gurumukhi alphabet. It is a consonant. It is comparable with English syllable kh as in khyber and as Hindi letter ख as in खग.

EXERCISE : Read the following Gurumukhi words :

हक, हस

ANSWERS : *hak* हक (a Right), *has* हस (Laugh!)

8. gaggā

gaggā is the eighth letter of Gurumukhi alphabet. It is a consonant. It is comparable with English letter g as in god and as Hindi letter ग as in गज.

9. ghgghā

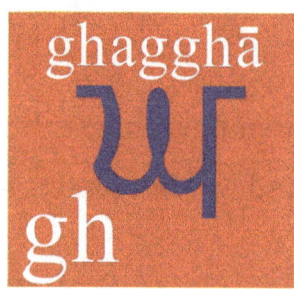

ghgghā is the ninth letter of Gurumukhi alphabet. It is a consonant. It is comparable with English syllable gh as in ghost and as Hindi letter घ as in घर.

10. ngangā

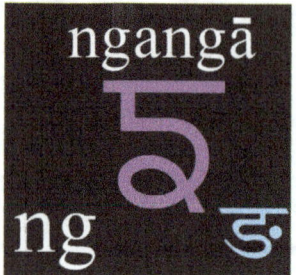

ngangā is the tenth letter of Gurumukhi alphabet. It is a NASAL consonant. It is comparable with English sound ng as in bang and as Hindi letter ङ as in रंग, रङ्.

11. chacchā

chacchā is the eleventh letter of Gurumukhi alphabet. It is a consonant. It is comparable with English syllable ch as in chair and as Hindi letter च as in चल.

12. chachhā

chachhā is the twelfth letter of Gurumukhi alphabet. It is a consonant. It is comparable with English syllable chh as in witch-hunt and as Hindi letter छ as in छल.

13. jajjā

jajjā is the thirteenth letter of Gurumukhi alphabet. It is a consonant. It is comparable with English letter j as in jar and as Hindi letter ज as in जल, जब.

EXERCISE : Read the following Gurumukhi word :

ਚਖ, ਜਜ

ANSWERS : *chakh* चख (Taste!), *jaj* जज (Judge)

14. jhajjhā

jhajjhā is the fourteenth letter of Gurumukhi alphabet. It is a consonant. It is comparable with English syllable dgeh as in hedgehop and as Hindi letter झ as in झष (fish).

15. njanjā

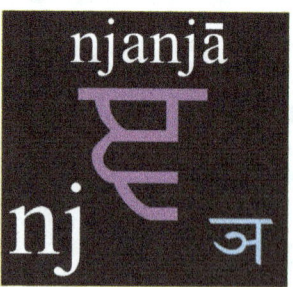

njanjā is the fifteenth letter of Gurumukhi alphabet. It is a consonant. It is comparable with English syllable nj as in enjoy and as Hindi letter ञ as in पंजाब, पञ्जाब.

EXERCISE : Read the following Gurumukhi word : ਪੰਜ

ANSWERS : *panj* पंज (Five)

16. ṭattā

ṭattā is the sixteenth letter of Gurumukhi alphabet. It is a consonant. It is comparable with English syllable t as in dake and as Hindi letter ट as in टक (gaze).

17. ṭhatthā

ṭhatthā is the seventeenth letter of Gurumukhi alphabet. It is a consonant. It is comparable with English syllable th as in hot-house and as Hindi letter ठ as in टग (cheat).

18. ḍaddā

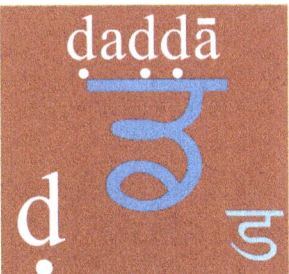

ḍaddā is the eighteenth letter of Gurumukhi alphabet. It is a consonant. It is comparable with English syllable d as in day and as Hindi letter ड as in डर.

EXERCISE : Read the following Gurumukhi words : ਘਟ, ਉਠ

ANSWERS : *ghaṭ* ਘਟ (Less), *uṭh* ਉਠ (Get up!)

19. ḍhaḍḍhā

ḍhaḍḍhā is the nineteenth letter of Gurumukhi alphabet. It is a consonant. It is comparable with English syllable dh as in adhare and as Hindi letter ढ as in ढब.

20. ṇaṇṇā

ṇaṇṇā is the twentieth letter of Gurumukhi alphabet. It is a consonant. It is comparable with English sound n as in hunt and as Hindi letter ण as in कण (particle).

21. tattā

tattā is the tewnty-first letter of Gurumukhi alphabet. It is a dental consonant. It is comparable with English letter t as in istanbul where t is dental; and as Hindi letter त as in तब.

EXERCISE : Read the following Gurumukhi words : ਸਤ, ਛਤ

ANSWERS : *sat* सत (Seven), *chhat* छत (Roof)

22. thatthā

thatthā is the tewnty-second letter of Gurumukhi alphabet. It is a dental consonant. It is comparable with English syllable th as in panthar where t is dental; and as Hindi letter थ as in थन (udder).

23. daddā

daddā is the tewnty-third letter of Gurumukhi alphabet. It is a dental consonant. It is comparable with English letter th as in other where t is dental; and as Hindi letter द as in दम.

24. dhaddhā

dhaddhā is the tewnty-fourth letter of Gurumukhi alphabet. It is a dental consonant. It is comparable with English syllable dh as in Buddha where d is dental; and as Hindi letter ध as in धन.

25. nannā

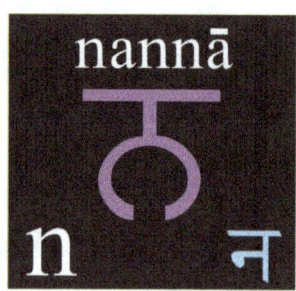

nannā is the tewnty-fifth letter of Gurumukhi alphabet. It is a NASAL consonant. It is comparable with English letter n as in no and as Hindi letter न as in नभ (sky).

26. pappā

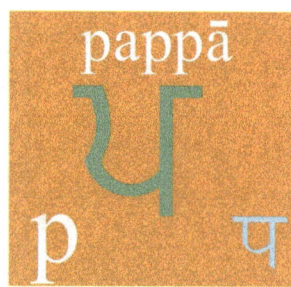

pappā is the tewnty-sixth letter of Gurumukhi alphabet. It is a consonant. It is comparable with English letter p as in put and as Hindi letter प as in पग (foot).

EXERCISE : Read the following Gurumukhi words : ਕਦ, ਨਾਚ

ANSWERS : *kad* कद (Stature), *nāch* नाच (Dance)

27. phaphphā

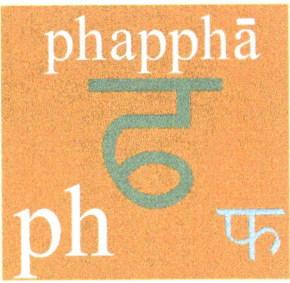

phaphphā is the tewnty-seventh letter of Gurumukhi alphabet. It is a consonant. It is comparable with English syllable ph as in photo and as Hindi letter फ as in फल (fruit).

28. babbā

babbā is the tewnty-eighth letter of Gurumukhi alphabet. It is a consonant. It is comparable with English letter b as in but and as Hindi letter ब as in बन (forest).

29. bhabhbhā

bhabhbhā is the tewnty-ninth letter of Gurumukhi alphabet. It is a consonant. It is comparable with English syllable bh as in abhor and as Hindi letter भ as in भगत.

30. mammā

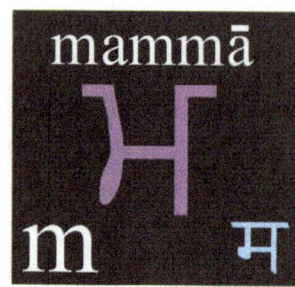

mammā is the tewnty-eighth letter of Gurumukhi alphabet. It is a NASAL consonant. It is comparable with English letter m as in mat and as Hindi letter म as in मन.

EXERCISE : Read the following Gurumukhi words : ਮਨ, ਚਮਚਮ

ANSWERS : *man* मन (Mind), *kar* कर (Do!), *chamcham* चमचम (a Sweet)

31. yayyā

yayyā is the thirty-first letter of Gurumukhi alphabet. It is a consonant. It is comparable with English letter y as in yes and as Hindi letter य as in यम.

32. rarrā

rarrā is the thirty-second letter of Gurumukhi alphabet. It is a consonant. It is comparable with English letter r as in rat and as Hindi letter र as in रस.

33. lallā

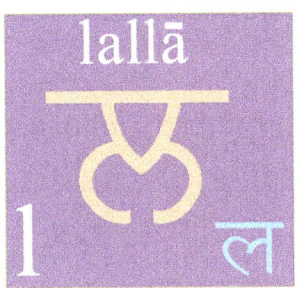

lallā is the thirty-third letter of Gurumukhi alphabet. It is a consonant. It is comparable with English letter l as in love and as Hindi letter ल as in लय.

34. vavvā

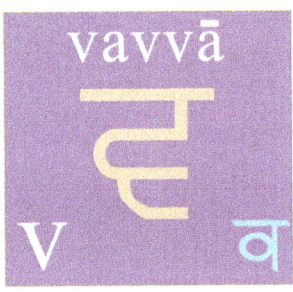

vavvā is the thirty-fourth letter of Gurumukhi alphabet. It is a consonant. It is comparable with English letter v as in vow and as Hindi letter व as in वश.

EXERCISE : Read the following Gurumukhi words : ਘਰ, ਕਰ, ਕਲ, ਕਲਮ

ANSWERS : *ghar* घर (House, home), *kar* कर (Do!), *kal* कल (Tomorrow, Yesterday), *kalam* कलम (Pen)

REMEMBER : PUNJABI IS A LANGUAGE AND GURMUKHI IS A SCRIPT.

READING and WRITING
PUNJABI GURUMUKHI WORDS

(3.2) TWO LETTER PUNJABI WORDS
Read the following Gurmukhi words several times, until you are comfortable

ਹਸ (has हस = Laugh)

ਹਦ (had हद = Limit)

ਹਰ (har हर = Each)

ਕਤ (kat कत = What for?)

ਖ਼ਰ (khar ख़र = Donkey)

ਖਲ (khal खल = Wicked)

ਘਟ (ghaṭ घट = Body)

ਘਰ (ghar घर = house)

ਛਲ (chhal छल = Deception)

ਜਸ (jas जस = Glory)

ਜਗ (jag जग = World)

ਜਟ (jaṭ जट = Hair lock)

ਜਣ (jaṇ जण = People)

ਜਦ (jad जद = Whenever, when)

ਜਨ (jan जन = Person)

ਜਪ (jap जप = Chant)

ਜਲ (jal जल = water)

ਪਰ (par पर = feather)

ਫਲ (phal फल = fruit)

ਬਨ (ban बन = forest)

ਸ਼ਕ (shak शक شک = Doubt)

ਸ਼ਬ (shab शब شب = Night)

ਸਮ (sam सम = Equal)

ਸਰ (sar सर = Pond)

ਟਕ (ṭak टक = Gaze)

ਟਲ (ṭal टल = Get aside)

ਠਰ (ṭhar ठर = Cool)

ਡਫ਼ (daf डफ़ = drum)

ਡਰ (ḍar डर = Fear)　　ਫਰ (far फ़र = Wool)

ਢਲ (ḍhal ढल = Decline)　　ਬਸ (bas बस = Enough)

ਤਜ (taj तज = Abandon)　　ਬਕ (bak बक = Fawn)

ਤਪ (tap तप = Heat)　　ਬਗ (bag बग = Heron)

ਤਲ (tal तल = Bottom)　　ਬਲ (bal बल = Strength)

ਥਲ (thal थल = Place)　　ਬੜ (baḍ बड़ = Banyan Tree)

ਥਣ (thaṇ थण = Udder)　　ਭਜ (bhaj भज = Pray)

ਨਟ (naṭ नट = Actor)　　ਭਵ (bhav भव = World)

ਨਦ (nad नद = River)　　ਮਣ (maṇ मण = 40 Kg)

ਨਰ (nar नर = Male)　　ਮਤ (mat मत = Opinion)

ਨਲ (nal नल = Tap)　　ਮਦ (mad मद = Intoxication)

ਨਵ (nav नव = New)　　ਮਨ (man मन = Mind)

ਪਖ (pakh पख = Wing)　　ਮਰ (mar मर = Die)

ਪਗ (pag पग = Foot)　　ਮਲ (mal मल = Dirt)

ਪਟ (paṭ पट = Screen)　　ਯਕ (yak यक = One)

ਪਤ (pat पत = Honour)　　ਰਸ (ras रस = juice)

ਪਦ (pad पद = Foot)　　ਰਖ (rakh रख = Keep)

ਪਲ (pal पल = Moment)　　ਰਗ (rag रग = Vein)

ਫਨ (fan फ़न = Skill)　　ਰਜ (raj रज = dust)

ਰਟ (raṭ रट = Repetition)　　ਲੜ (laḍ लड़ = fight)

ਰਣ (raṇ रण = Battle)　　ਵਸ (vas वस = Control)

ਰਥ (rath रथ = Chariot)　　ਵਗ (vag वग = Flow)

ਲਟ (laṭ लट = Lock of hair)　　ਵਟ (vaṭ वट = Creese)

ਲਤ (lat लत = Leg)　　ਵਣ (vaṇ वण = Jungle)

ਲਦ (lad लद = Load)　　ਵਰ (var वर = Boon)

ਲਬ (lab लब لب = Lip)　　ਵਲ (val वल = Turn)

ਲਭ (labh लभ = Search)

EXERCISE 1 : Read and Write the following Punjabi words in Gurmukhi script :
　　　　　　Do not move to the next step, before finishing this step with confidence.

1. ਸਮ ਤਲ ਪਗ ਬਲ ਰਸ

2. ਲਬ ਵਰ ਘਰ ਜਪ ਫਲ

3. ਸਰ ਭਰ ਨਲ ਪਦ ਮਤ

(3.3) THREE LETTER PUNJABI WORDS

ਅਸਤ (asat असत = sun Set)　　ਅਘੜ (aghaḍ अघड़ = Unfinished)

ਅਸਮ (asam असम = Unequal)　　ਅਜਰ (ajar अजर = Ever young)

ਅਸਰ (asar असर = Effect)　　ਅਟਣ (aṭaṇ अटण = Corn)

ਅਸਲ (asal असल = Real)　　ਅਣਖ (aṇakh अणख = Self-respect)

ਅਕਲ (akal अकल = Sense)　　ਅਤਰ (atar अतर = Perfume)

ਅਦਬ (adab अदब ا د ب = Respect)

ਅਪਚ (apach अपच = Undigestible)

ਅਮਨ (aman अमन = Peace)

ਅਮਰ (amar अमर = Immortal)

ਅਮਲ (amal अमल عمل = Addiction)

ਅਰਕ (arak अरक = Extract)

ਅਰਥ (arath अरथ = Meaning)

ਅਰਬ (arab अरब عرب = Ten Billion)

ਅਲਖ (alakh अलख = Invisible)

ਅਲਪ (alap अलप = A little)

ਸ਼ਕਲ (shakal शकल شکل = Face)

ਸਖ਼ਤ (sakhat सख़त = Hard)

ਸਤਹ (asatah सतह سطح = Surface)

ਸਦਰ (sadar सदर صدر = President)

ਸਨਕ (sanak सनक = Mania)

ਸਨਮ (sanam सनम صنم = Beloved)

ਸਫਲ (safal सफ़ल = Successful)

ਸਬਕ (sabak सबक سبق = Lesson)

ਸਬਜ਼ (sabaz सबज़ = Green)

ਸ਼ਬਦ (shabad शब्द = Word)

ਸਬਰ (sabar सबर صبر = Patience)

ਸਮਝ (samajh समझ = Sense)

ਸ਼ਰਤ (sharat शरत = Condition)

ਸਰਬ (sarab सरब = All)

ਸਰਮ (saram सरम = Shame)

ਸਰਲ (saral सरल = Straight)

ਸੜਕ (saḍak सड़क سڑک = Road)

ਹਸਤ (hasat हसत = Hand)

ਹਰਸ਼ (harash हरश = Delight)

ਹਰਜ (haraj हरज حرج = Loss)

ਹਰਣ (haraṇ हरण = Deer)

ਕਸਕ (kasak कसक کسک = Shooting pain)

ਕਸਮ (kasam कसम قسم = Oath)

ਕਸਰ (kasar कसर کسر = Defeciency)

ਕਣਕ (kaṇak कणक = Wheat)

ਕਥਨ (kathan कथन = Saying)

ਕਦਰ (kadar कदर قدر = Value)

ਕਪਟ (kapaṭ कपट = Deceit)

ਕਬਰ (kabar कबर قبر = Tomb)

ਕਮਰ (kamar कमर = Waist)

ਕਮਲ (kamal कमल = Lotus)

ਕਰਮ (karam करम = Destiny; Deed)

ਕਲਹ (kalaha कलह = Clash)

ਕਲਮ (kalam कलम = Pen)

ਖਸਮ (khasam खसम کهسم = husband)

ਖ਼ਬਰ (khabar ख़बर خبر = News)

ਖ਼ਰਚ (kharach ख़रच = Expense)

ਖ਼ਰਬ (kharab ख़रब = Billion)

ਖ਼ਲਕ (khalak ख़लक کهلک = Mankind)

ਖ਼ਲਲ (khalal ख़लल خلل = Confusion)

ਖੜਗ (khaḍag खड़ग = Sword)

ਗਰਮ (garam गरम = Hot)

ਘਟਕ (ghaṭak घटक = Component)

ਚਸਕ (chasak चसक = Ache)

ਚਪਲ (chapal चपल = Quick)

ਚਮਕ (chamak चमक = Shine)

ਚਮਚ (chamach चमच = Spoon)

ਚਮਨ (chaman चमन = Garden)

ਚਰਨ (charan चरन چمن = Foot)

ਚਰਮ (charam चरम = Supreme)

ਛਟਮ (chhaṭam छटम = Sixth)

ਛਤਰ (chhatar छतर = Umbrella)

ਜਸ਼ਨ (jashan जशन جشن = Celebration)

ਜ਼ਖ਼ਮ (zakham ज़ख़म ذكهم = Wound)

ਜਕੜ (jakaḍ जकड़ = Grip)

ਜਠਰ (jaṭhar जठर = Stomach)

ਜਣਨ (jaṇan जनन = Birth)

ਜਤਨ (jatan जतन = Effort)

ਜਨਕ (janak जनक = Father)

ਜਨਮ (janam जनम = Birth)

ਜ਼ਬਰ (zabar ज़बर ذبر = Oppession)

ਜ਼ਰਦ (zarad ज़रद زرد = Yellow)

ਠਰਕ (ṭharak ठरक = Habit)

ਤਖਤ (takhat तखत تكھت = Board)

ਤਰਕ (tarak तरक = Argument)

ਦਸਤ (dasat दसत = Loose motion)

ਦਖਣ (dakhaṇ दखण = South)

ਦਖਲ (dakhal दखल دخل = Interference)

ਦਫ਼ਨ (dafan दफ़न دفن = Bury)

ਦਮਕ (dmak दमक = Glow)

ਦਮਨ (dman दमन = Supression)

ਦਰਸ (drsa दरस = Sight)

ਦਰਜ (daraj दरज درج = View)

ਦਰਦ (darad दरद درد = Pain)

ਧਰਮ (dharam धरम = Duty)

ਨਸ਼ਟ (nashaṭ नशट = Ruin)

ਨਕਦ (nakad नकद = Cash)

ਨਕਲ (nakal नकल نقل = Copy)

ਨਗਰ (nagar नगर = City)

ਨਜ਼ਰ (nazar नज़र نظر = Sight)

ਨਬਜ਼ (nabaz नबझ نبذ = Pulse)

ਨਮਕ (namak नमक نمک = Salt)

ਨਰਕ (nark नरक = Hell)

ਨਰਦ (narad नरद = Dice)

ਨਰਮ (naram नरम نرم = Soft)

ਪਕੜ (pakaḍ पकड़ پکڑ = Grip)

ਪਚਣ (pachaṇ पचण = Digestion)

ਪਤਨ (patan पतन = Downfall)

ਪਦਮ (padam पदम = Lotus)

ਪਰਖ (parakh परख = Valuation)

ਪਰਤ (parat परत = Fold)

ਪ੍ਰਗਟ (pragaṭ प्रगट = Manifest)

ਪ੍ਰਬਲ (prabal प्रबल = Strong)

ਪਰਮ (param परम = Supreme)

ਪਲਕ (palak पलक پلق = Eyelid)

ਪਲਟ (palaṭ पलट پلٹ = Turn around)

ਫ਼ਸਟ (fasaṭ फ़सट = First)

ਫ਼ਸਲ (fasal फ़सल فصل = Harvest)

ਫ਼ਰਸ਼ (farash फ़रश فرش = Floor) ਭਸਮ (bhasam भसम = Ash)

ਫ਼ਰਕ (farak फ़रक فرك = Difference) ਭਗਤ (bhagat भगत = Devotee)

ਫ਼ਰਜ਼ (faraz फ़रज़ فرذ = Duty) ਭਜਨ (bhajan भजन = Prayer)

ਫ਼ਰਦ (farad फ़रद فرد = Catalogue) ਭਰਮ (bharam भरम = Doubt)

ਫਲਕ (phalak फलक = Board) ਭੜਕ (bhaḍak भड़क = Pomp)

ਫ਼ਲਕ (falak फ़लक فلك = Sky) ਭਵਣ (bhavaṇ भवण = Mansion)

ਬਕਸ (bakas बकस = Box) ਭਵਨ (bhavan भवन = Mansion)

ਬਖ਼ਤ (bakhat बख़त بكهت = Fate) ਮਸ਼ਕ (mashak मशक مشك = Exercise)

ਬਗਾਲ (bagal बगल بغل = Side) ਮਸਤ (masat मसत مست = Lustful)

ਬਚਤ (bachat बचत = Savings) ਮਸਰ (masar मसर = Lentil)

ਬਚਨ (bachan बचन = Saying) ਮਕਰ (makar मकर = Fraud)

ਬਣਤ (baṇat बणत = Structure) ਮਗਨ (magan मगन = Absorbed)

ਬਦਨ (badan बदन بدن = Body) ਮਗਰ (magar मगर مگر = But)

ਬਦਲ (badal बदल = Exchange) ਮਟਰ (maṭar मटर = Peas)

ਬਰਸ (baras बरस = Year) ਮਦਤ (madat मदत = Help)

ਬਰਤ (barat बरत = Fasting) ਮਦਦ (madad मदद مدد = Help)

ਬਰਨ (baran बरन = Colour) ਮਰਗ (marag मरग = Death)

ਬਰਫ਼ (baraf बरफ़ = Ice, snow) ਮਰਚ (marach मरच = Chilli)

ਬਲਦ (balad बलद = Ox) ਮਰਜ਼ (maraz मरज़ مرذ = Illness)

ਮਰਦ (marad मरद مرد = Man)

ਮਰਨ (maran मरन = Death)

ਯਕਸ਼ (yakash यकश = Demigod)

ਯਤਨ (yatan यतन = Effort)

ਰਸ਼ਕ (rashak रशक = Envy)

ਰਸਦ (rasad रसद رسد = Ration)

ਰਸਮ (rasam रसम رسم = Custom)

ਰਕਤ (rakat रकत = Blood)

ਰਕਮ (rakam रकम رقم = Sum)

ਰਗੜ (ragaṛ रगड़ = Friction)

ਰਟਨ (raṭan रटन = Roaming)

ਰਤਨ (ratan रतन = Gem)

ਰਮਜ਼ (ramaz रमज़ = Secret)

ਰਮਤ (ramat रमत = Omniscience)

ਲਸਣ (lasaṇ लसण = Garlic)

ਲਕਸ਼ (lakash लकश = Aim)

ਲਕੜ (lakaṛ लकड़ = Wood)

ਲਖਣ (lakhaṇ लखण = See)

ਲਗਾਨ (lagan लगान = Devotion)

ਲਚਕ (lachak लचक = Elasticity)

ਲਚਰ (lachar लचर = Foolish)

ਲਟਕ (laṭak लटक = Attack)

ਲਪਕ (lapak लपक = Flash)

ਲਪਟ (lapaṭ लपट = Breeze)

ਵਸਣ (vasaṇ वसण = Stay)

ਵਸਤ (vasat वसत = Thing)

ਵਸਫ਼ (vasaf वसफ़ = Quality)

ਵਸਲ (vasal वसल = Union)

ਵਕਤ (vakat वकत وقت = Time)

ਵਖਤ (vakhat वखत = Time)

ਵਚਨ (vachan वचन = Saying)

ਵਜ਼ਨ (vajan वजन = weight)

ਵਣਜ (vaṇaj वणज = Trade)

ਵਤਨ (vatan वतन وطن = Homeland)

ਵਰਗ (varag वरग = Class)

ਵਰਜ (varaj वरज = Prihibited)

ਵਰਣ (varaṇ वरण = Colour)

ਵਰਤ (varat वरत = Observance)

ਵਰਮ (varam वरम = Swelling)   ਵਲਣ (valaṇ वलण = Turn)

EXERCISE 1 : Read and Write the following Punjabi words in Gurmukhi script :
Do not move to the next step, before finishing the above steps.

1. ਅਸਰ ਅਤਰ ਅਲਖ ਥਲ ਬੜ ਮਨ

2. ਸ਼ਕਲ ਸਫ਼ਲ ਸ਼ਬਦ ਸਰਲ ਸੜਕ ਹਦ ਘਟ ਜਟ

3. ਕਸਮ ਕਪਟ ਕਲਮ ਖ਼ਬਰ ਗਰਮ ਜ਼ਖ਼ਮ ਜਲ ਡਢ ਰਜ ਵਟ ਲੜ

4. ਦਰਦ ਨਕਦ ਨਬਜ਼ ਫ਼ਰਜ਼ ਬਰਫ਼ ਮਰਚ ਲਸਣ ਵਚਨ

(3.4) FOUR LETTER PUNJABI WORDS

ਅਸਕਤ (asakat असकत = week)

ਅਟਕਲ (atkal अटकल = Knack)

ਅਣਬਣ (aṇbaṇ अणबण = Discord)

ਅਦਰਕ (adrak अदरक = Ginger)

ਅਨਘੜ (anghaḍ अनघड़ = Unfinished)

ਅਨਰਥ (anarath अनरथ = Disaster)

ਅਰਚਨ (archan अरचन = Worship)

ਅਰਪਣ (arpaṇ अरपण = Offering)

ਅਵਗਤ (avagat अवगत = Known)

ਸਤਰਕ (satarak सतरका = Careful)

ਸ਼ਬਨਮ (shabnam शबनम شبنم = Dew)

ਸਮਤਲ (samtal समतल = Level)

ਸਰਬਤ (sarbat सरबत = Syrup)

ਸਰਵਰ (sarvar सरवर = Holy lake)

ਸਵਰਨ (savaran सवरन = Gold)

ਹਸਰਤ (hasrat हसरत حسرت = Regret)

ਹਰਕਤ (hrkta हरकत حرکت = Gesture)

ਹਰਜਨ (harjan हरजन = Saint)

ਹਲਚਲ (halchal हलचल = Commotion)

ਕਟਹਰ (kaṭhar कटहर = Jack fruit)

ਕਰਕਟ (karkaṭ करकट = Rubbish)

ਕਰਤਬ (kartab करतब = Skill)

ਕਰਤਲ (kartal करतल = Palm)

ਕਰਤਵ (kartav करतव = Duty)

ਕਰਵਟ (karvaṭ करवट = Side)

ਖਟਮਲ (khaṭmal खटमल = Bed bug)

ਖ਼ਲਕਤ (khalkat ख़लकत خلقت = People)

ਗਾਰਦਨ (gardan गरदन گردن = Neck)

ਜਬਰਨ (jabran जबरन = By force)

ਤਸਕਰ (taskar तसकर = Thief)

ਥਰਕਣ (tharkaṇ थरकण = Viabration)

ਦਸਤਕ (dastak दसतक = Knock)

ਦਫ਼ਤਰ (daftar दफ़तर دفتر = Office)

ਦਰਸਨ (darsan दरसन = View)

ਨਟਖਟ (naṭkhaṭ नटखट = Naughty)

ਨਫ਼ਰਤ (nafrat नफ़रत نفرت = Hate)

ਪਣਘਟ (paṇghaṭ पणघट = Water fetching place)

ਪਤਰਣ (patraṇ पतरण = Foliation)

ਪਨਘਟ (panghaṭ पनघट = Water fetching place)

ਪਰਗਟ (pargaṭ परगट = Manifest)

ਪਰਵਤ (parvat परवत = Mountain)

ਪ੍ਰਯਤਨ (prayatan प्रयतन = Effort)

ਪਰਵਰ (parvar परवर = Nourisher)

ਪਲਟਣ (palṭaṇ पलटण = Platoon)

ਫ਼ਰਹਤ (farhat फ़रहत فرحت = Pleasure)

ਫ਼ਰ ਫ਼ਰ (far far फर फर = Promptly)

ਬਸਤਰ (bastar बसतर = Cloth)

ਬਕ ਝਕ (bak jhak बक झक = Babble)

ਬਕਤਰ (baktar बकतर = Mail)

ਬਕਬਕ (bakbak बकबक = Chatter)

ਬਚਪਨ (bachpan बचपन = Childhood)

ਬਰਤਨ (bartan बरतन = Pot)

ਬਰਤਰ (bartar बरतर = Better)

ਬੜਬੜ (baḍbaḍ बड़बड़ = Chatter)

ਭਵਜਲ (bhavjal भवजल = Worldly Ocean)

ਮਸਜਦ (masajad मसजद مسجد = Mosque)

ਮਸਤਕ (mastak मसतक = Forehead)

ਮਸਨਦ (masnad मसनद مسند = Pillow)

ਮਸ਼ਰਕ (mashrak मशरक مشرك = East)

ਮਸਲਤ (maslat मसलत مسلت = Advice)

ਮਸਲਨ (maslan मसलन مثلا = For example)

ਮਕਸਦ (maksad मकसद مقصد = Objective)

ਮਤਲਬ (matlab मतलब مطلب = Motive)

ਮਨਸਬ (mansab मनसब منسب = Office, Post)

ਮਰਕਜ਼ (markaz मरकज़ مركز = Axis)

ਰਕਸ਼ਕ (rakshak रकशक = Protector)

ਲਸ਼ਕਰ (lashkar लशकर لشكر = Army)

ਲਰਜ਼ਸ਼ (larzash लरज़श لرذش = Vibration)

ਵਤਸਲ (vatsal वतसल وسلت = Kind hearted)

ਵਰਣਕ (varaṇak वरणक = Pigment)

ਵਰਣਨ (varaṇan वरणन = Description)

ਵਤਤਣ (varataṇ वरतण = Dealing)

EXERCISE 1 : Read and Write the following Punjabi words in Gurmukhi script :
Do not move to the next step, before finishing the above steps.

1. बग बम अकल सनम समझ कसक अदरक श़बनम हसरत गरदन

2. मर रग चमक चमन लज़र नरक बगल दफ्तर नफ्रत पनघट

3. ਰਗ ਲਭ ਭਗਤ ਲਕੜ ਵਜ਼ਨ ਪ੍ਯਤਨ ਬਚਪਨ ਬੜਬੜ ਮਤਲਬ

4. ਸ਼ਲਗ਼ਾਮ, ਸਰਗਾਮ, ਕਲਮ ਫੜ, ਘਰ ਚਲ, ਜਲ ਭਰ, ਬਰਤਲ ਰਖ

(3.5) FIVE LETTER PUNJABI WORDS

ਅਲਪਤਮ (alaptam अलपतम = Minimum)

ਅਲਮਸਤ (alamasat अलमसत المست = Carefree)

ਸਕਰਮਕ (sakaramak सकरमक = Transitive)

ਸਤਬਚਨ (satbachan सतवबच = True word)

ਸਮਰਥਕ (samarathak समरथक = Supprter)

ਸਮਰਥਨ (samarathan समरथन = Support)

ਹਮਸ਼ਕਲ (hamshakal हमशकल همشکل = Similar)

ਹਮਸਫ਼ਰ (hamsafar हमसफ़र ہم سفر = Companion)

ਹਸਦਰਦ (hamdarad हमदरद ہمدرد = Sympathiser)

ਕਸ਼ਮਕਸ਼ (kashamakash कशमकश کشمکش = Struggle)

ਕਨਸਤਰ (kanastar कनसतर = Canister)

ਕਲਵਤਰ (kalavatar कलवतर = Saw)

ਜਨਮ ਦਰ (janam dar जनम दर = Birth rate)

ਦਸਤਖਤ (dastakhat दसतखत دستكهت = Signature)

ਦਰ ਬਦਰ (dar badar दर बदर بدر شرح = Door to Door)

ਪਤਝੜਨ (patjhaḍan पतझड़न = Defoliation)

ਪਰਚਲਤ (parchalat परचलत = Prevelent)

ਬਦਚਲਣ (badchalaṇ बदचलण = Immoral)

ਬਨਸਪਤ (banaspat बनसपत = Vegetation)

ਮਨਘੜਨ (manghaḍan मनघड़न = Fabricated)

ਵਚਨ ਬਧ (vachan badh वचन बध = Committed)

EXERCISE 1 : Read and Write the following Punjabi words in Gurmukhi script :
Do not move to the next step, before finishing the above steps.

1. ਪਟ ਪਲ ਅਸਲ ਅਦਬ ਅਦਰਕ ਖ਼ਲਕਤ ਸਮਰਥਨ

2. ਬਸ ਅਮਨ ਅਰਥ ਦਰਸਨ ਪਲਟਣ ਹਮਸਫ਼ਰ ਕਲਵਤਰ

3. ਰਬ ਸਬਕ ਕਸ਼ਟ ਕਣਕ ਕਦਰ

(3.6) SIX LETTER PUNJABI WORDS

ਅਲਮ ਗਾਲਮ (alam-galam अलम गलम = Knick-knack)

ਸਮਵਰਤਨ (samavaratan समवरतन = Concurrence)

ਹਲਤ ਪਲਤ (hatat-palat हलत पलत = Here and there)

ਚਪੜ ਚਪੜ (chapaḍ-chapaḍ चपड़ चपड़ = Slurp)

ਜ਼ਹਰਦਸਤ (zabardasat ज़बरदसत ذبردست = Strong)

ਜਨਮ ਜਨਮ (janam-janam जनम जनम = Many births)

ਧਰਮ ਕਰਮ (dharam karam धरम करम = Dutiful deed)

ਪਕੜ ਧਕੜ (pakaḍ dhakaḍ पकड़ धकड़ = Round up)

ਮਰਨ ਵਰਤ (maran varat मरन वरत = Fast unto death)

ਵਰਣ ਧਰਣ (varaṇ dharaṇ वरण धरण = Prescribed Duty)

EXERCISE 1 : Read and Write the following Punjabi words in Gurmukhi script :
Do not move to the next step, before finishing the above steps.

1. ਕਨਕ ਦਰਦ ਚਲ ਕਰ ਰਖ

2. ਬੜ ਕਮਰ ਜਸ਼ਨ ਜਕੜ ਭਜਨ ਲਕਸ਼ ਵਖਤ ਬਨਸਪਤ

3. ਰਣ ਬਰਤਨ ਭਵਜਲ ਮਨਘੜਨ

THIS BOOK IS DESIGNED TO LEARN
READING and WRITING
GURUMUKHI
But
YOU MAY LEARN
PUNJABI VOCABULARY TOO

LESSON 4
READING AND WRITING
GURMUKHI SCRIPT ACCENT MARKS

Accent Marks Definition : A Gurmukhi consonant can take one of the nine vowel Marks (signs). See Lesson 1 for Gurmukhi Vowel Marks. The consonant can also take one of the two Nasal Marks, and it can also take a consonant Doubling Mark.

GURMUKHI ACCENT MARKS

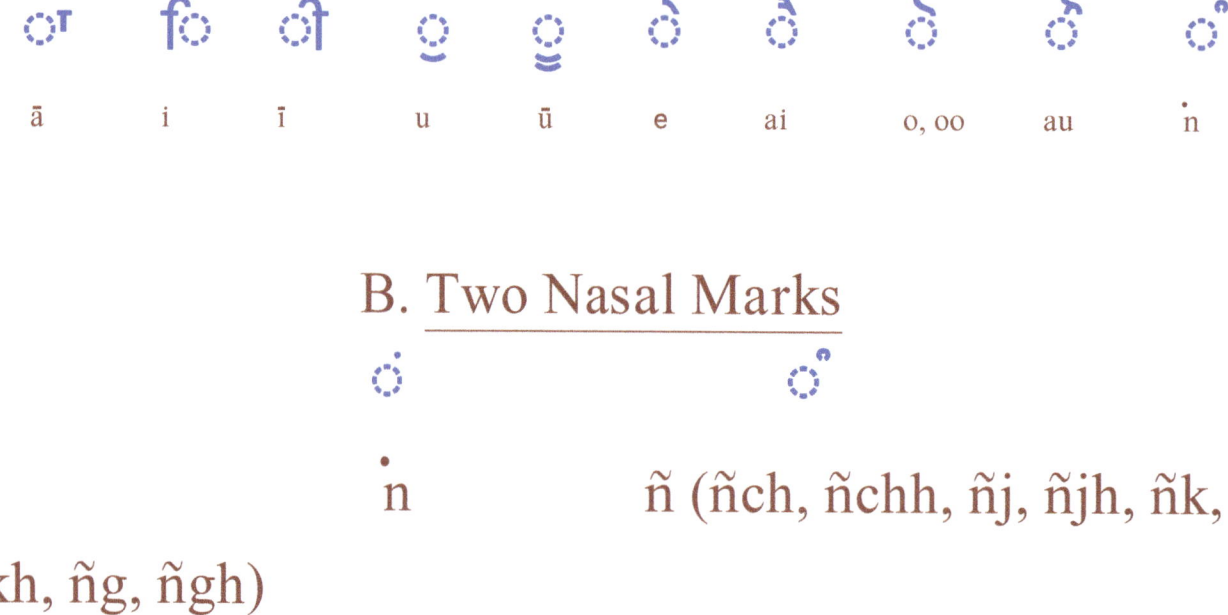

ñkh, ñg, ñgh)

C. The Consonnant Doubling Mark

(4.1) kannā ਕੰਨਾ

(ā ਆ)

The kannā (ਾ) adds ਆ (ā आ) sound to the consonant, for example :

ਕ + ਾ = ਕਾ (k + ā = kā, क + आ = का, ك + ا = کا)

ਆਸ਼ਾ (āshā आशा = Desire)　　ਆਪਾ (āpā आपा = Own self)

ਆਟਾ (āṭā आटा = Flour)　　ਆਭਾ (ābhā आभा = Splendour)

ਆਠਾ (āṭhā आढा = Octet)　　ਆਯਾ (āyā आया = Nurse)

ਆੜਾ (āḍā आड़ा = Oblique)　　ਆਰਾ (ārā आरा = A Saw)

ਆਢਾ (āḍhā आढा = Quarrel)　　ਆਲਾ (ālā आला = Abode)

ਆਣਾ (āṇā आणा = Comimg)　　ਆਵਾ (Āvā आवा = Kiln)

ਜਾਣਾ (jāṇā जाणा = Going)　　ਆਵਾਰਾ (āvārā आवारा = آواره Loafer)

ਆਨਾ (ānā आना = 1/16 Rupee)　　ਸ਼ਾਹਾਨਾ (shāhānā शाहाना = سہانا

Royal)

ਸਾਕਾ (sākā साका = Event)

ਸਾਡਾ (sāḍā साडा = Ours)

ਸਾਤਾ (sātā साता = Week)

ਸਾਦਾ (sādā सादा = Simple)

ਸਾਫ਼ਾ (sāfā साफ़ा چادر = Turban)

ਸਾਲਾ (sālā साला = Brother-in-law)

ਸਾਲਾਨਾ (sālānā सालाना سالانہ = Yearly)

ਹਾੜਾ (hāḍā हाड़ा = Estimation)

ਕਾਕਾ (kākā काका = Child)

ਕਾਟਾ (kāṭā काटा = Cross mark)

ਕਾਠਾ (kāṭhā काठा = Stiff)

ਕਾਢਾ (kāḍhā काढा = Weeds)

ਕਾਣਾ (kāṇā काणा = One eyed)

ਕਾਮਾ (kāmā कामा = Coma)

ਕਾਲਾ (kālā काला = Black)

ਖਾ (khā खा = Eat)

ਖਾਕਾ (khākā खाका خاکہ = Outline)

ਖਾਜਾ (khājā खाजा = Diet)

ਖਾਣਾ (khāṇā खाणा = Food)

ਖਾਤਾ (khātā खाता خاتا = Account)

ਖਾਯਾ (khāyā खाया = Ate)

ਖਾਰਾ (khārā खारा = Salty)

ਗਾ (gā गा = Sing)

ਗਾਵਾ (gāvā गावा = Bovine, Cow)

ਗਾੜਾ (gāḍā गाड़ा = Serious)

ਘਾਟਾ (ghāṭā घाटा = Loss)

ਘਾਪਾ (ghāpā घापा = Gap)

ਘਾੜਾ (ghāḍā घाड़ा = Craftsman)

ਚਾ (chā चा = Zest)

ਚਾਚਾ (chāchā चाचा = Uncle)

ਚਾਰਾ (pchārā चारा = Fodder)

ਚਾਲਾ (chālā चाला = Tradition)

ਛਾਤਾ (chhātā छाता = Umbrella)

ਛਾਪਾ (chhāpā छापा = Stamp)

ਛਾਲਾ (chhālā छाला = Blister)

ਜਾ (jā जा = Go)

ਜਾਣਾ (jāṇā जाणा = to go)	ਨਾਤਾ (nātā नाता = Relation)
ਝਾਕਾ (jhākā झाका = Hesitation)	ਨਾਲਾ (nālā नाला = String)
ਝਾੜਾ (jhāḍā झाड़ा = Exorcism)	ਪਾ (pā पा = pour, put)
ਡਾਕਾ (ḍākā डाका = Robbery)	ਪਾਸਾ (pāsā पासा = Dice)
ਤਾਗਾ (tāgā तागा = Thread)	ਪਾਟਾ (pāṭā पाटा = Broken)
ਤਾਜ਼ਾ (tāzā ताज़ा تازہ = Fresh)	ਪਾਠਾ (pāṭhā पाठा = Youth)
ਤਾਲਾ (tālā ताला = Lock)	ਪਾਣਾ (pāṇā पाणा = To find)
ਥਾਣਾ (thāṇā थाणा = Police station)	ਪਾਨਾ (pānā पाना = Wrench)
ਦਾਤਾ (dātā दाता = Giver)	ਪਾਪਾ (pāpā पापा = Father)
ਦਾਦਾ (dādā दादा = Grandfather)	ਪਾਰਾ (pārā पारा = Mercury)
ਦਾਨਾ (dānā दाना = Wise)	ਬਾਬਾ (bābā बाबा = Boy)
ਦਾਵਾ (davā दावा = Claim)	ਮਾਲਾ (pmālā माला = Garland)
ਧਾਗਾ (dhāgā धागा = Thread)	ਫਾਕਾ (fākā फ़ाका = Starvation)
ਧਾਵਾ (dhāvā धावा = Raid)	ਫਾਟਾ (fāṭā फ़ाटा = Torn)
ਧਾੜਾ (dhāḍā धाड़ा = Raid)	ਫਾਥਾ (fāthā फ़ाथा = Entrapped)
ਨਾ (nā ना = Not)	ਬਾਣਾ (bāṇā बाणा = Dress)
ਨਾਕਾ (nākā नाका = Barrier)	ਬਾਧਾ (bādhā बाधा = Obstruction)
ਨਾਗਾ (nāgā नागा = Starvation)	ਭਾਣਾ (bhāṇā भाणा = God's will)
ਨਾਚਾ (nāchā नाचा = Male Dancer)	ਭਾਲਾ (Bālā भाला = Spear)

ਭਾੜਾ (bhāḍā ਭਾੜਾ = Rent) ਲਾਲਾ (lālā ਲਾਲਾ = Shopkeeper)

ਮਾਤਾ (mātā ਮਾਤਾ = Mother) ਵਾ (vā ਵਾ = Air)

ਰਾਜਾ (rājā ਰਾਜਾ = King) ਵਾਲਾ (vālā ਵਾਲਾ = Owner, doer)

EXERCISE 1: Read and Write the following Punjabi words in Gurmukhi script :
Do not move to the next step, before finishing the above steps.

1. ਆਟਾ ਆਣਾ ਆਵਾਰਾ ਸਾਦਾ ਸਾਲਾਨਾ ਕਾਲਾ ਚਾਚਾ

2. ਡਾਕਾ ਦਾਦਾ ਨਾਤਾ ਭਾਲਾ ਮਾਤਾ ਰਾਜਾ ਲਾਲਾ

3. ਰਖ ਲਬ ਅਸਲ ਸ਼ਬਦ ਜ਼ਖਮ ਧਰਮ ਨਕਦ

4. ਵਰਤ ਮਕਸਦ ਕਨਸਤਰ ਜ਼ਹਰਦਸਤ

5. ਕਾਕਾ ਆ, ਗਾਨਾ ਗਾ, ਬਾਬਾ ਆ ਜਾ, ਮਾਲਾ ਖਾਣਾ ਖਾ, ਘਰ ਚਲ

(4.2) sihārī ਸਿਹਾਰੀ

(i ਇ)

The sihārī (ਿ) adds ਇ (i ਇ) sound to the consonant, for example :

ਸਿਆਰ (siār ਸਿਆਰ = Jackal) ਸਿਹਤ (sihat ਸਿਹਤ = Health)

ਸਿਆਲ (siāl ਸਿਆਲ = Winter) ਸਿਤਮ (sitam ਸਿਤਮ = Tyranny)

ਸਿਰ (sir सिर = Head)

ਸਿਰਫ਼ (siraf सिरफ़ = Only)

ਹਿਮ (him हिम = Ice, snow)

ਹਿਰਨ (hiran हिरन = Deer)

ਹਿਲਣਾ (hilṇā हिलणा = to move)

ਕਿਸਮ (kisam किसम = Type)

ਕਿਤਨਾ (kitnā कितना = How much?)

ਕਿਰਨ (kiran किरन = Ray)

ਕਿਰਨਾ (kirnā किरना = to fall down)

ਕਿਰਪਾ (kirpā किरपा = Mercy)

ਕਿਰਮ (kiram किरम = Worm)

ਖ਼ਿਆਲ (kḫiāl ख़िआल خیال = Thought)

ਖਿਚਣਾ (khichṇā खिचणा = to pull)

ਖਿਲਾਫ਼ (khilaf खिलाफ़ خلاف = Opposite)

ਗਿਣਨਾ (giṇnā गिणना = to count)

ਘਿਣ (ghiṇ घिण = Nausea)

ਚਿਕਿਤਸਾ (chikitsā चिकितसा = Therapy)

ਚਿਤ (chit चित = Mind)

ਚਿਪਕਣਾ (chipkaṇā चिपकणा = to stick)

ਚਿਰਾਗ਼ (chirāgh चिराग़ چراغ = Lamp)

ਚਿੜ (chiḍ़ चिड़ = Irritation)

ਛਿਟਕਣਾ (chhiṇakṇā छिणकणा = to sprinkle)

ਛਿਲਕਾ (chhilkā छिलका = Peel)

ਛਿਲਣਾ (chhilṇā छिलणा = to peel)

ਜਿਸਤ (ijasata जिसत = Zinc)

ਜਿਤ (jit जित = Whichever)

ਜਿਤਣਾ (jitṇā जितणा = to win)

ਜ਼ਿਦ (zid ज़िद ضد = Stubbornness)

ਜਿਨਸ (jinas जिनस = Thing)

ਜਿਲਦ (jilad जिलद جلد = Skin)

ਜਿਮਾ (jimā जिमा = Onus)

ਝਿਜਕ (jhijak झिजक = Hesitation)

ਝਿਲਮਿਲ (jhilmil झिलमिल = Twinkle)

ਟਿਮਕਣਾ (ṭimaknā टिमकणा = to twinkle)

ਠਿਕਾਣਾ (ṭhikāṇā ठिकाणा = Location)

ਡਿਗਣਾ (ḍignā डिगणा = to fall)

ਢਿਲਕਣਾ (ḍhilaknā ढिलकणा = to roll)

ਤਿਆਗ (tiāg तिआग = Sacrifice)

ਤਿਆਰ (tiār तिआर = Ready)

ਤਿਹਾਰ (tihār तिहार = Festival)

ਤਿਗਣਾ (tignā तिगणा = Three fold)

ਤਿਨਕਾ (tinkā तिनका = Particle)

ਤਿਰਛਾ (tirchhā तिरछा = Slant)

ਤਿਲ (til तिल = Sesame seed)

ਤਿਲਕ (tilak तिलक = Coronation)

ਥਿਰ (thir थिर = Steady)

ਥਿੜਕਣਾ (thiraknā थिरकणा = to falter)

ਦਿਆਲ (diāl दिआल = Merciful)

ਦਿਸਣਾ (disṇā दिसणा = to appear)

ਦਿਖਾਣਾ (dikhāṇā दिखाणा = to show)

ਦਿਖਾਵਾ (dikhāvā दिखावा = Show)

ਦਿਨ (din दिन = Day)

ਦਿਮਾਗ਼ (dimāgh दिमाग़ دماغ = Brain)

ਦਿਲ (dil दिल دل = Heart)

ਦਿਲਚਸਪ (dilchasap दिलचसप دلچسپ = Interesting)

ਦਿਲਵਰ (dilvar दिलवर دلور = Beloved)

ਦਿਲਾਸਾ (dilāsā दिलासा = Comfort)

ਧਿਆਨ (dhiān धिआन = Attention)

ਧਿਕਕਾਰ (dhikkār धिककार = Disgrace)

ਨਿਆਰਾ (niārā निआरा = Distinct)

ਨਿਜ਼ਕਾਮ (nizkām निझकाम = Selfless)

ਨਿਸਚਿਤ (nischit निसचित = Certain)

ਨਿਸਠਾ (nisṭhā निसठा = Faith)

ਨਿਸਤਾਰਾ (nistārā निसतारा = Salvation)

ਨਿਸਫਲ (nisphal निसफल = Vain)

ਨਿਸਾਨ (nishan निशान = Sign)

ਨਿਸ਼ਾਨਾ (nishānā निशाना = Aim)

ਨਿਸਚਲ (nischal निसचल = Immovable)

ਨਿਹਾਲ (nihāl निहाल = Happy)

ਨਿਕਟ (nikaṭ निकट = Near)

ਨਿਕਲਣਾ (nikalṇā निकलणा = to leave)

ਨਿਕਾਸ (nikās निकास = Orogin)

ਨਿਖਾਰ (nikhār निखार نكھار = Elegance)

ਨਿਚਲਾ (nichlā निचला = Lower)

ਨਿਡਰ (niḍar नडर = Fearless)

ਨਿਤ (nit नित = Ever)

ਨਿਪਟਣਾ (nipaṭṇā निपटणा = to settle)

ਨਿਮਰਤਾ (nimartā निमरता = Humility)

ਨਿਯਮ (niyam नियम = Rule)

ਨਿਯਮਿਤ (niyamit नियमित = Regular)

ਨਿਰ (nir निर = Without)

ਨਿਰਖਣਾ (nirakhṇā निरखणा = to see)

ਨਿਰਗਮ (nirgam निरगम = Emergence)

ਨਿਰਣਾ (nirṇā निरणा = Decision)

ਨਿਰਤ (nirat निरत = Dance)

ਨਿਰਪਖਤਾ (nirpakhatā निरपखता = Neutrality)

ਨਿਰਮਾਣ (nirmāṇ निरमाण = Creation)

ਨਿਰਾ (nirā निरा = Mere)

ਨਿਰਾਸ (nirās निरास = Disappointed)

ਨਿਵਾਸ (nivās निवास = Abode)

ਪਿਓ (piu पिउ = Father)

ਪਿਆਸਾ (piāsā पिआसा = Thirsty)

ਪਿਆਜ਼ (piāz पिआझ پیاز = Onion)

ਪਿਆਦਾ (piādā पिआदा = Pawn)

ਪਿਆਰ (piār पिआर پیار = Love)

ਪਿਆਰਾ (piārā पिआरा پیارا = Dear)

ਪਿਆਲਾ (piālā पिआला = Cup)

ਪਿਛਲਾ (pichhalā पिछला = Previous)

ਫਿਸਲਣਾ (phisalṇā फिसलणा = to slip)

ਫ਼ਿਕਰ (fikar फ़िकर فکر = Care, worry)

ਫਿਰ (phir फिर = Again, then)

ਫਿਰਨਾ (phirnā फिरना = to roam)

ਬਿਆਨ (biān बिआन = Statement)

ਬਿਗਾਨਾ (bigānā बिगाना = Foreign)

ਬਿਪਦਾ (bipadā बिपदा = Distress)

ਬਿਜਣਾ (bhijṇā भिजणा = to become wet)

ਬਿਣਕਣਾ (bhiṇakṇā भिणकणा = to buzz)

ਮਿਹਤਰ (mihtar मिहतर = Sweeper)

ਮਿਹਨਤ (mihnat मिहनत = Hard work)

ਮਿਹਮਾਨ (mihmān मिहमान = Guest)

ਮਿਹਰਬਾਨ (miharbān मिहरबान = Kind)

ਮਿਚਣਾ (michṇā मिचणा = to compare)

ਮਿਜ਼ਾਜ (mizāj मिज़ाज مـزاج = Temperament)

ਮਿਟਣਾ (miṭṇā मिटणा = to be extinct)

ਮਿਠਾਸ (miṭhās मिठास = Sweetness)

ਮਿਣਨਾ (miṇnā मिणना = to measure)

ਮਿਰਚ (mirach मिरच = Chilli)

ਮਿਲਣਾ (milṇā मिलणा = to meet)

ਮਿਲਾਪ (milāp मिलाप = Union)

ਰਿਆਇਤ (riāit रिआइत = Favour)

ਰਿਆਸਤ (riāsat रिआसत = Estate)

ਰਿਸ਼ਤਾ (rishtā रिशता رشتہ = Relationship)

ਰਿਸ਼ਵਤ (rishvat रिशवत = Bribe)

ਰਿਕਤ (rikat रिकत = Vacant, empty)

ਰਿਵਾਜ (rivāj रिवाज رواج = Custom)

ਲਿਆਕਤ (liākat लिआकत لاکت = Ability)

ਲਿਸ਼ਕ (lishak लिशक لشك = Shine)

ਲਿਹਾਜ਼ (lihāz लिहाज़ لحاظ = Consideration)

ਲਿਖਣਾ (lihkṇā लिखणा = to write)

ਲਿਟਣਾ (liṭṇā लिटणा = to lie down)

ਲਿਪਣਾ (lipṇā लिपणा = to smear)

ਲਿਬਾਸ (libās लिबास = Dress)

ਲਿਲਾਟ (lilaṭ लिलाट = Forehead)

ਵਿਅਕਤ (viakat विअकत = Personified)

ਵਿਅਰਤ (viarat विअरत = Useless)

ਵਿਆਹ (viāh विआह = Weddimg)

ਵਿਆਜ (viāj विआज = Interest)

ਵਿਸ (vis विस = Poison)

ਵਿਸਮਾਰ (vis-mār विसमार = Antidote)

ਵਿਸ਼ਵ (vishva विशव = Universe)

ਵਿਸ਼ਾ (vishā विशा = Topic)

ਵਿਸਾਹ (visāh विसाह = Trust)

ਵਿਕਟ (vikaṭ विकट = Complicated)

ਵਿਕਣਾ (vikṇā विकणा = to sell)

ਵਿਕਲਪ (viklap विकलप = Option)

ਵਿਕਾਸ (vikās विकास = Development)

ਵਿਕਾਰ (vikār विकार = Disorder)

ਵਿਖਾਦ (vikhād विखाद = Lamentation)

ਵਿਚ (vich विच = In)

ਵਿਚਾਰ (vichār विचार = Thought)

ਵਿਦਮਾਨ (vidmān विदमान = Present)

ਵਿਦਾ (vidā विदा ودا = Farewell)

ਵਿਧਾਤਾ (vidhātā विधाता = God)

ਵਿਰਕਤ (virakat विरकत = Detached)

ਵਿਰਲਾ (virlā विरला = Rare)

ਵਿਰਾਸਤ (virāsat विरासत وراثت = Inheritance)

ਵਿਰਾਟ (virāṭ विराट = Huge)

ਵਿਰਾਮ (virām विराम = Stoppage)

ਵਿਲਾਸ (vilās विलास = Enjoyment)

ਵਿਵਹਾਰ (vivahār विवहार = Behaviour)

ਵਿਵਾਦ (vivād विवाद = Dispute)

EXERCISE 1 : Read and Write the following Punjabi words in Gurmukhi script :

Do not move to the next step, before finishing the above steps.

1. ਕਿਤਾਬ (Book), ਖਤ (letter), ਸਿਤਾਰ (Guitar), ਵਜਾਣਾ (to play), ਪਿਤਾ (Father), ਨਾਲ (with), ਇਹ (This), ਪਾਠ (Lesson), ਯਾਦ (Remember), ਕਰ (Do), ਲਿਆ (Bring!), ਲਾਲ (Red), ਹਰਾ (Green).

2. Translate in English :

ਬਿਮਲ ਸਿਤਾਰ ਵਜਾ । ਕਿਰਣ ਕਿਤਾਬ ਲਿਆ । ਨਿਰਮਲ ਪਿਤਾ ਨਾਲ ਜਾ । ਮਾਲਾ ਇਕ ਖਤ ਲਿਖ । ਸਤਨਾਮ ਇਕ ਪਾਠ ਯਾਦ ਕਰ ।   ਲਾਲ ਮਿਰਚ ਨਾ ਖਾ ।

(**ANSWERS**, *if you need help* : 1. kita!b, khat, sitār, vajāṉā, pitā, nāl, ih, pāṭh, yād, kar, liā, lāl, harā. 2. Bimal Sitār vajā, kiraṇ kitāb liā, Nirmal pitā nāl jā, Mālā ik khat kilh, satnām ik pāṭh yād kar, lāl mirach nā khā)

(4.3) bihārī ਬਿਹਾਰੀ

(ī ਈ)

The bihārī (ੀ) adds ਈ (ī ਈ) sound to the consonant, for example :

ਸ਼ੀਸ਼ੀ (shīshī ਸ਼ੀਸ਼ੀ = Bottle)   ਚੀਚੀ (chīchī ਚੀਚੀ = the Small finger)

ਸੀਰੀ (sīrī ਸੀਰੀ = Partner)   ਛੀ (chhī ਛੀ = Yuk!)

ਹੀਰਾ (hīrā ਹੀਰਾ = Diamond)   ਜੀ (jī ਜੀ = Sir! Madam!)

ਕੀ (kī ਕੀ = What?)   ਤੀਲੀ (jtīlī ਤੀਲੀ = Matchstick)

ਕੀਰਕੀ (kīrkī ਕੀਰਕੀ = Ear ring)   ਧੀ (dhī ਧੀ = Daughter)

ਕੀਰਤੀ (kīrtī ਕੀਰਤੀ = Fame)   ਧੀਰੀ (dhīrī ਧੀਰੀ = Iris)

ਖੀ ਖੀ (khī khī ਖੀ ਖੀ = Mean laugh)   ਨੀਤੀ (nītī ਨੀਤੀ = Morality)

ਗਿਰੀ (girī ਗਿਰੀ = Kernel)   ਨੀਲੀ (nīlī ਨੀਲੀ = f₀ Blue)

ਘੀ (ghī ਘੀ = Clarified butter)   ਪੀ (pī ਪੀ = Drink!)

47

ਪੀਲੀ (pīlī ਪੀਲੀ = Yellow)   ਵੀ (bhī ਭੀ = Also)

ਬੀ (bī ਬੀ = Seed)   ਮੀਰੀ (mīrī ਮੀਰੀ = Leadership)

ਬੀਜਣਾ (bījṇā ਬੀਜਣਾ = to sow)   ਰੀਤੀ (rītī ਰੀਤੀ = Style)

ਬੀਤੀ (bītī ਬੀਤੀ = f. Past)   ਵੀ (vī ਵੀ = Also)

EXERCISE 1 : Read and Write the following Punjabi words in Gurmukhi script :
Do not move ahead, without understanding what we learned so far.

1. ਗਾ (Sing!), ਗਾਣਾ (Song), ਚਮਚਾ (Spoon), ਆ ਜਾ (Come!), ਨਾਨੀ (Maternal Grandmother).

2. ਵੀਰ (Brother), ਪਿਆਲੀ (Glass), ਸੀਟੀ (Whistle), ਚਾਹ (Tea), ਘੜੀ (Clock), ਪਨੀਰ (Cheese).

3. Translate in English :
ਕਮਲਾ ਗਾਣਾ ਗਾ । ਕਾਕਾ ਆ ਜਾ । ਮਾਮੀ ਚਮਤਾ ਰਖ । ਬਾਬਾ ਸੀਟੀ ਨਾ ਵਜਾ । ਸੀਤਾ ਪਨੀਰ ਲਿਆ । ਰਾਧਾ ਪਿਆਲੀ ਵਿਚ ਚਾਹ ਪਾ ।   ਵੀਰ ਹਰੀ ਸਵਜ਼ੀ ਲਿਆ ।

(**ANSWERS**, if you need help : 1. gā, gāṇā, chamchā, ā jā, nānī, vīr, piālī, sīṭī, chāh, ghaḍī, panīr. 2. Kamlā gāṇā gā, Kākā ā jā, Mamī chamchā rakh, Bābā sīṭī nā vajā, Sītā panīr liā, Radhā piālī vich chāh pā, Vīr harī sabzī liā)

(4.4) auṅkar ਔਂਕੜ

(u ਤ)

The auṅkar (ੁ) adds ਉ (u ਤ) sound to the consonant, for example :

ਉਸ (us उस = Him, her, it)	ਸੁਕਣਾ (suknạ सुकणा = to dry)
ਉਸ਼ਾ (ushā उशा = Dawn)	ਸੁਕਰ (sukar सुकर = Thanks)
ਉਕਤ (ukat उकत = Said)	ਸੁਖ (sukh सुख = Happiness)
ਉਚਿਤ (uchit उचित = Proper)	ਸੁਖੀ (sukhī सुखी = Happy)
ਉਠ (uṭh उढ = Get up)	ਸੁਜਣਾ (sujnạ सुजणा = to swell)
ਉਤਸਵ (utsav उतसव = Festival)	ਹੁਨਰ (hunar हुनर = Skill)
ਉਤਰ (utar उतर = Get down)	ਕੁਕਰਮ (kukaram कुकरम = Bad deeds)
ਉਤਾਰ (utār उतार = Slope)	ਕੁਮਦ (kumad कुमद = Lily)
ਉਦਕ (udak उदक = Water)	ਕੁਮਾਰ (kumār कुमार = Boy)
ਉਪਮਾ (upmā उपमा = Similie)	ਕੁੜੀ (kuḍī कुड़ी = girl)
ਉਪਰ (upar उपर = Abova)	ਖੁਦ (khud खुद خود = self)
ਉਬਾਸੀ (ubāsī उबासी = Yawn)	ਗੁਲਾਬ (gulāb गुलाब = Rose)
ਉਮਰ (umar उमर = Age)	ਗ਼ੁਲਾਮ (ghulām गुलाम غلام = Servant)
ਉਰ (ur उर = Stomach)	ਚੁਸਤੀ (chustī चुसती چپلتا = Agility)
ਉਲਝਣ (uljhaṇ उलझण = Confusion)	ਛੁਟਕਾਰਾ (chhuṭkārā छुटकारा = Escape)
ਉਲਟਾ (ulṭā उलटा = Opposite)	ਜੁਬਾਨ (jubān जुबान = Tongue)
ਸੁ (su सु = Therefore)	ਝੁਕਣਾ (jhuknạ झुकणा = to bow)
ਸੁਆਸ (suās सुआस = Breath)	ਟੁਟਣਾ (ṭuṭnạ टुटणा = to break)
ਸੁਸਤੀ (sustī सुसती = Laziness)	ਠੁਣਕਣਾ (ṭhuṇaknạ ठुणकणा = to sob)

ਡੁਲਾ (ḍulā डुला = Swing)

ਤੁਰਤ (turat तुरत = Promptly)

ਥੁਕ (thuk थुक = Spite)

ਦੁਆਰ (duār दुआर = Gate)

ਦੁਕਾਨ (dukān दुकान = Shop)

ਦੁਖ (dukh दुख = Pain)

ਦੁਖੀ (dukhī दुखी = Sad)

ਧੁਖ (dhukh धुख = Ignition)

ਨੁਸਖਾ (nuskhā नुसखा = Remedy)

ਨੁਕਸ (nukas नुकस = Defect)

ਪੁਸ਼ਟੀ (pushṭī पुश्टी = Support)

ਪੁਚਕਾਰਣਾ (puchkārṇā पुचकारणा = to caress)

ਫੁਆਰਾ (phuārā फुआरा پھارا = Fountain)

ਬੁਰਜ (buraj बुरज برج = Tower)

ਬੁਰਾ (burā बुरा برا = Bad)

ਭੁਆਨੀ (bhuānī भुआनी = Goddess Durga)

ਮੁਹਰ (muhar मुहर مہر = Seal)

ਮੁਕਤ (mukat मुकत = Libreated)

ਮੁਕਤੀ (muktī मुकती = Liberation)

ਮੁਕਾਮ (mukām मुकाम مقام = Place)

ਮੁਜਰਮ (mujram मुजरम مجرم = Criminal)

ਯੁਗ (yug युग = Era)

ਰੁਮਾਲ (rumāl रुमाल رمال = Scarf)

ਲੁਟਣਾ (luṭṇā लुटणा = to rob)

EXERCISE 1 : Read and Write the following Punjabi words in Gurmukhi script :
    Do not move ahead, without understanding what we learned so far.

1. ਕੁਲੜ੍ਹੀ (Ice-cream popcicle), ਹੁਣ (Now), ਸੁਣ (Listen), ਜੁਰਾਬ (Socks), ਗੁਲਾਬ-ਜਾਮਣ (An Indian sweet), ਮੁੜਨਾ (to turn around), ਕੁੜਤਾ (Shirt), ਗੁੜ (Brown sugar), ਬਹੁਤਾ (more), ਚੀਰ (cut).

2. Translate in English :

ਸੁਰਜੀਤ ਕੁਲਫੀ ਲਿਆ । ਕਿਸ਼ਨ ਕੁਰਤਾ ਪਾ । ਸੁਧੀਰ ਚਾਹ ਵਿਚ ਬਹੁਤਾ ਗੁੜ ਨਾ ਜਾ । ਗੁਲਾਬ ਹੁਣ ਉਠ ਪਉ ਸਦਾ ਸੁਖੀ ਰਹੁ । ਮਦਨ ਕਹਾਣੀ ਸੁਣ । ਸ਼ੀਲਾ ਖੀਰਾ ਚੀਰ ।

(**ANSWERS**, if you need help : **1.** kulphī, huṇ, suṇ, jurāb, gulāb-jāman, mudṇā, kurtā, guḍ, bahutā, chīr. **2.** Surjīt kulfī liā, Kishan kurtā pā, Sudhīr chāh vich bahutā guḍ nā pā, GulaEb huṇ uṭh paū sadā sukhī rahu, Madan kahāṇī suṇ, Shīlā khīraE chīr)

(4.5) dulainkar ਦੁਲੈਂਕੜ

(ū ऊ)

The dulainkar (ੂ) adds ਉ (ū ऊ) sound to the consonant, for example :

ਸੂਅਰ (sūar सूअर = Pig)   ਹੂਟਾ (hūṭā हूटा = Swing)

ਸੂਈ (sūī सूई = Needle)   ਕੂਕਰ (kūkar कूकर = Dog)

ਸੂਤਰ (sūtar सूतर = Formula, String)   ਕੂਚੀ (kūchī कूची = Brush)

ਸੂਨ (sūn सून = Zero, Empty)   ਕੂੜਾ (kūḍā कूड़ा = Trash)

ਸੂਬਾ (sūbā सूबा = Province)   ਖੂਨ (khūn खून = Murder, Blood)

ਸੂਰਜ (sūraj सूरज = Sun)   ਖੂਨੀ (khūnī खूनी = Assassin)

ਸੂਰਮਾ (sūrmā सूरमा = Hero)   ਖੂਬ (khūb खूब = Plenty)

ਸੂਲ (sūl सूल = Thorn)   ਖੂਬੀ (khūbī खूबी = Speciality)

ਸੂਲੀ (sūlī सूली = Gallows)   ਗੂਠਾ (gūṭhā गूठा = Thumb)

ਘੂਸ (ghūs घूस = Bribe)

ਚੂਹਾ (chūhā चूहा = Mouse)

ਚੂਕ (chūk चूक = Mistake)

ਚੂੜੀ (chuḍī चूड़ी = Bangle)

ਛੂਈ-ਮੂਈ (chhūī-mūī छूई-मूई = Touch-me-not)

ਜੂਤ (jūta जूत = Shoe)

ਝੂਠ (jhūṭh झूठ = Lie)

ਟੂਣਾ (ṭūṇā टूणा = Witchcraft)

ਠੂਠਾ (ṭhūṭhā ठूठा = Bowl)

ਡੂਨਾ (ḍūnā डूना = Cup made of leaves)

ਤੂਤ (tūt तूत = Mulberry)

ਦੂਤ (dūt दूत = Ambassador)

ਦੂਰ (dūr दूर = Far)

ਦੂਰੀ (dūrī दूरी = Distance)

ਧੂਮ ਧਾਮ (dhūm dhām धूम धाम = Tumult)

ਪੂਜਾ (pūjā पूजा = Worship)

ਪੂਰਬ (pūrab पूरब = East)

ਫੂਕ (phūk फूक = Blowing)

ਬੂਆ, ਭੂਆ (buā, bhūā भूआ = Aunt)

ਬੂਰਾ (būrā बूरा = Powder)

ਭੂਤ (Bhūt भूत = Ghost)

ਭੂਮੀ (bhūmī भूमी = Earth)

ਮੂਕ (mūk मूक = Dumb)

ਮੂਰਖ (mūrakh मूरख = Fool)

ਮੂਰਤ (mūrat मूरत = Picture)

ਮੂਰਤੀ (mūratī मूरती = Statue)

ਮੂਲ (mūl मूल = Root)

ਯੂਨਾਨ (yūnān यूनान = Greece)

ਰੂਪ (rūp रूप = Form)

ਲੂਣ (lūṇ लूण = Salt)

EXERCISE 1 : Read and Write the following Punjabi words in Gurmukhi script :
Do not move ahead, without understanding what we learned so far.

1. ਕਬੂਤਰ (Pegion), ਗਊ (Cow), ਆਲੂ (Potato), ਝਾੜੂ (Broom), ਮੂਲੀ (Raddish), ਚਾਕੂ (Knife), ਸਕੂਲ (School), ਪੂਛ (Tail).

2. Translate in English :

ਸੁਰਜੀਤ ਉਠ । ਸੂਰਜ ਨਿਕਲ ਆਇਆ । ਸੀਤਾ ਪੂੜਾ ਤਲ । ਸ਼ੀਲਾ ਆਲੂ ਮੂਲੀ ਚਾਕੂ ਨਾਲ ਚੀਰ । ਲੂਣ ਨਾਲ ਮੂਲੀ ਖਾ । ਕਬੂਤਰ ਚੂਹਾ ਗਊ ਕੁਕਰ ਦੀ ਮੂਰਤ ਬਣਾ ।

(**ANSWERS**, if you need help : **1.** kabūtar, gaū, ālū, jhāḍū, mūlī, chākū, sakūl, pūchh. **2.** Surjīt uṭh, sūraj nikal āiyā, Sītā pūṛā tal, ShīlaE ālū mūlī chākū nāl chīr, lūṇ nāl mūlī khā; Kabūtar chūhā gaū kūkar dī mūrat baṇā)

(4.6) lã̄vã̄ lā̃vā̃

(e ਏ)

The lã̄vã̄ (ਿੇ) adds ਏ (e ਏ) sound to the consonant, for example :

ਸ਼ੇਸ਼ (shesh शेश = Remainder)	ਸੇਵਾ (sevā सेव = Service)
ਸੇਕ (sek सेक = Heat)	ਹੇ (he! हे! = O!)
ਸੇਜ (sej सेज = Bed)	ਹੇਕੜੀ (hekḍī हेकड़ी = Arrogance)
ਸੇਠ (seṭh सेठ = Banker)	ਕੇਲਾ (kelā केला = Banana)
ਸੇਤ (set सेत = White)	ਖੇਡ (kheḍ खेड़ = Play)
ਸੇਮ (sem सेम = Bean)	ਖੇਤ (khet खेत = Field)
ਸੇਰ (ser सेर = Tiger, Lion)	ਘੇਰਾ (gherā घेरा = Circuit)

ਚੇਹਰਾ (chehrā चेहरा = Face)

ਚੇਲਾ (chelā चेला = Disciple)

ਛੇਕ, ਛੇਦ (chhek, chhed छेक, छेद = Hole)

ਛੇਤੀ (chhetī छेती = Promptly)

ਜੇਠਾ (jeṭhā जेठा = Elder)

ਜੇਬ (jeb जेब زیب = Pocket)

ਟੇਕ (ṭek टेक = Support)

ਟੇਢਾ (ṭeḍhā टेढा = Oblique)

ਠੇਕਾ (ṭhekā ठेका = Contract)

ਠੇਕੇਦਾਰ (ṭhekedār ठेकेदार = Contractor)

ਠੇਠ (ṭheṭh ठेठ = Pure)

ਢਿਲਕਣਾ (ḍhilaknā ढिलकणा = to roll)

ਤੇਲ (tel तेल = Oil)

ਥਿਰ (thir थिर = Steady)

ਦੇਸ (des देस = Country)

ਦੇਸੀ (desī देसी = Native)

ਦੇਖ (dekh देख = Look)

ਪੇਸ਼ (pesh पेश = In front of)

ਫੇਰਾ (pherā फेरा = Circuit)

ਬੇਅਦਬ (be-adab बेअदब بے ادب = Rude)

ਬੇਸੁਧ (besudh बेसुध = Unconscious)

ਬੇਹਦ (behad बेहद بے حد = Too much)

ਬੇਕਸੂਰ (bekasūr बेकसूर بے قصور = Innocent)

ਬੇਕਾਰ (bekār बेकार = Useless)

ਬੇ-ਜਾ (bejā बेजा = Improper)

ਬੇਜ਼ਾਰ (bezār बेज़ार = Fed up)

ਬੇਟਾ (beṭā बेटा = Son)

ਬੇਟੀ (beṭī बेटी = Daughter)

ਬੇਦਰਦ (bedarad बेदरद = Heartless)

ਬੇਦਿਲ (bedil बेदिल = Unwilling)

ਭੇਦ (bhed भेद = Difference)

ਭੇਦ ਭਾਵ (bhed bhāv भेद भाव = Discrimination)

ਮੇਥੀ (methī मेथी = Fenugreek)

ਮੇਲ (mel मेल = Union)

ਰੇਸ਼ਮ (resham रेशम = Silk)

ਰੇਖਾ (rekhā रेखा = Line)

ਰੇਤ (ret रेत = sans)

ਰੇਲ ਪੇਲ (rel pel रेल पेल = Plenty)

ਲੇਸ (les लेस = Glue)

ਲੇਖ (lekh लेख = Essay)

ਲੇਟਣਾ (letṇā लेटणा = to lie down)

ਵੇਸ (ves वेस = Dress)

ਵੇਚਣਾ (vechṇā वेचणा = to sell)

ਵੇਲ (vel वेल = Vine)

ਵੇਲਾ (velā वेला = Time)

EXERCISE 1 : Read and Write the following Punjabi words in Gurmukhi script :
  Do not move ahead, without understanding what we learned so far.

1. ਭਗਤ (Devotee), ਮੇਲਾ (A fair), ਰੇਲ (Train), ਸੇਬ (Apple), ਮੇਰਾ (My), ਏਥੇ (Here), ਤੇਰਾ (Your), ਤੇ (And), ਸਲੇਟ (Slate), ਸਹੇਰ (City), ਕਪੜੇ (Clothes), ਮਲਣਾ (to rub)

2. Translate in English :
ਵਿਪਲਾ ਮੇਰੇ ਨਾਲ ਮੇਲੇ ਚਲ । ਕਰਨ ਛੇਤੀ ਛੇਤੀ ਚਲ । ਰੇਲ ਆ ਗਇ ਸਹੇਰ ਜਾ । ਕਾਕੇ ਤੇਲ ਸਲ ਕੇ ਨਹੇ ਤੇ ਕਪੜੇ ਪਾ । ਸੇਬ ਤੇ ਕੇਲਾ ਖਾ । ਦੇਸ ਭਗਤ ਬਣ ।

(**ANSWERS**, if you need help : **1**. bhagat, melā, rel, seb, merā, aithe, terā, te, saleṭ, saher, kapḍe, malṇā. **2**. Viplā mere nāl mele chal, karan chhetī chhetī chal, rel ā gayī saher jā, Kake tel mal ke nahā te kapḍe pā, seb te lekā khā, des bhagat baṇ)

(4.7) dulā̃vā̃ ਦੁਲਾਂਵਾਂ

(ai ਐ)

The dulāvāṅ (਼ੈ) adds ਐ (ai ऐ) sound to the consonant, for example :

ਸ਼ੈ (shai शै = Thing)

ਸ਼ੈਤਾਨ (shaitān शैतान = devil)

ਸੈਨਾ (sainā सैना = Army)

ਸੈਰ (sair सैर = Stroll)

ਸ਼ੈਲੀ (shailī शैली = Style)

ਹੈ (hai है = Is)

ਹੈਸਨ (haisan हैसन = Were)

ਹੈਗਾ (haigā हैगा = Is, sure)

ਹੈਵਾਨ (haivān हैवान = Beast)

ਕੈ (kai कै = How many)

ਕੈਦ (kaid कैद = Prison)

ਕੈਦੀ (kaidī कैदी = Prisoner)

ਖੈਰ (khair खैर خیر = Welfare)

ਖੈਰਾਤ (khairāt खैरात خیرات = Charity)

ਗ਼ੈਰ (gair गैर غیر = Stranger)

ਗ਼ੈਰ ਹਾਜ਼ਰੀ (gair hāzrī गैर हाज़री غیر حاضری = Absence)

ਗ਼ੈਰ ਮੁਲਕ (gair mulak गैर मुलक غیر ملک = Alien country)

ਚੈਨ (chain चैन = Relief)

ਛੈਣੀ (chhaiṇī छैणी = Chisel)

ਜੈ (jai जै = Victory)

ਜੈਸਾ (jaisā जैसा = As)

ਟੈਣਾ (ṭaiṇā टैणा = Dwarf)

ਡੈਨ (dain डैन = Witch)

ਤੈ (tai तै = Settled)

ਤੈਸਾ (taisā तैसा = Like that)

ਥੈਲੀ (thailī थैली = Bag)

ਦੈਨਿਕ (dainik दैनिक = Daily)

ਪੈਸਾ (paisā पैसा = Monay)

ਪੈਜ (paij पैज = Bet)

ਪੈਦਲ (paidal पैदल = By foot)

ਪੈਦਾ (paidā पैदा = Born)

ਪੈਰ (pair पैर = Foot)

ਫੈਲਣਾ (failṇā फैलना = to spread)

ਬੈਠਕ (baiṭhak बैठक = Meeting)   ਰੈਣ (raiṇ रैण = Night)

ਬੈਠਣਾ (baiṭhṇā बैठणा = to sit)   ਰੈਤਾ (raitā रैता = Curd Salad)

ਭੈ (bhai भै = Fear)   ਲੈ (lai लै = Take)

ਭੈਣ (bhaiṇ भैण = Sister)   ਵੈਦ (vaid वैद = Doctor)

ਮੈਤਰੀ (maitrī मैतरी = Friendship)   ਵੈਰ (vair वैर = Enmity)

ਮੈਦਾਨ (maidān मैदान = Ground)   ਵੈਰਾਗ (vairāg वैराग = Renunciation)

ਮੈਲ (mail मैल = Dirt)   ਵੈਰੀ (vairī वैरी = Enemy)

ਮੈਲਾ (mailā मैला = Dirty)

EXERCISE 1: Read and Write the following Punjabi words in Gurmukhi script :
Do not move ahead, without understanding what we learned so far.

1. ਐਨਕ (Eye Glasses), ਹਨ (Are), ਅਸੀ (We), ਸਵੇਰੇ (In the morning), ਅਜ (Today), ਐਤਵਾਰ (Sunday), ਦਾ (of), ਬੈਠ (Sit), ਵਿਚ (In), ਹਿਲਾਣਾ (to shake, move),

2. Translate in English :
ਸੁਭਾਸ਼ ਪੈਰ ਨਾ ਹਿਲਾ । ਆ ਚੈਨ ਨਾਲ ਬੈਠ । ਚਲ ਅਜ ਸਵੇਰੇ ਮੈਦਾਨ ਵਿਚ ਸੈਰ ਕਰਿਏ ਤੇ ਖੇਡਿਏ । ਤੇਰੇ ਕਪੜੇ ਮੈਲੇ ਹਨ ਨਵੇ ਪਾ । ਇਹ ਐਨਕ ਭੈਣ ਜੀ ਦੀ ਹੈ ।

REMEMBER : PUNJABI IS A LANGUAGE AND GURMUKHI IS A SCRIPT.

(**ANSWERS**, if you need help : **1**. ainak, han, asī, savere, aj, aitvār, dā, baiṭh, vich, hilāṇā. **2**. Subhāsh pai nā hilā, ā chain nāl baiṭh, chal aj savere maidān vich sair kariye te kheḍiye, tere kapḍe maile han nave pā, ih ainak bhaiṇ jī dī hai)

(4.8) horā ਹੋੜਾ

(O ओ)

The horā (ੋ) adds ੳ (O ओ) sound to the consonant, for example :

ਸੋਈ (soī सोई = Same)   ਕੋਮਲ (komal कोमल = Soft)

ਹੋ (ho हो = be)   ਕੋਲ (kol कोल = Near)

ਹੋਸ਼ (hosh होश = Sense)   ਖੋਤਾ (khotā खोता = Donkey)

ਹੋਠ (hoṭh होठ = Lip)   ਖੋਪੜੀ (khopaṛī खोपड़ी = Skull)

ਹੋਰ (hor होर = More)   ਖੋਪਾ (khopā खोपा = Coconut)

ਹੋਵੇ (hove होवे = Should be)   ਗੋਇਆ (goiā गोइआ, गोया = As if)

ਕੋਈ (koī कोई = Someone)   ਗੋਡਾ (goḍā गोडा = Knee)

ਕੋਸ਼ (kosh कोश = Treasure)   ਗੋਤ (got गोत = Linage)

ਕੋਸਾ (kosā कोसा = Luke warm)   ਗੋਤਾ (gotā गोता = Dip)

ਕੋਠੀ (koṭhī कोठी = Mansion)   ਗੋਦੀ (godi गोदी = Lap)

ਕੋਣ (koṇ कोण = Angle)   ਗੋਲ (gol गोल = Round)

ਕੋਨਾ (konā कोना = Corner)   ਘੋੜਾ (ghoḍā घोड़ा = Horse)

ਘੋਰ (ghor घोर = Horrible)

ਚੋਖਾ (chokhā चोखा = Pretty)

ਚੋਗਾ (chogā चोगा = Shirt)

ਚੋਟ (choṭ चोट = Hurt)

ਚੋਟੀ (choṭī चोटी = Pony tail)

ਚੋਰ (chor चोर = Thief)

ਚੋਲਾ (cholā चोला = Shirt)

ਛੋਟਾ (chhoṭā छोटा = Small)

ਛੋਲੇ (chhole छोले = Chick peas)

ਜੋਸ਼ (josh जोश = Zeal)

ਜੋਰ (jor जोर = Strength)

ਝੋਕਣਾ (jhokṇā झोकणा = th throw)

ਟੋਕਰੀ (ṭokrī टोकरी = Basket)

ਟੋਟਾ (ṭoṭā टोटा = Piece)

ਟੋਪੀ (ṭopī टोपी = Cap)

ਟੋਲੀ (ṭolī टोली = Gang)

ਠੋਕਰ (ṭhokar ठोकर = Kick)

ਡੋਡੀ (ḍoḍī डोडी = Bud)

ਡੋਰ (ḍor डोर = String)

ਡੋਲੀ (ḍolī डोली = Palanquin)

ਢੋਲ (ḍhol ढोल = Kettle Drum)

ਤੋਤਾ (totā तोता = Parrot)

ਤੋਪ (top तोप = Cannon)

ਤੋਰੀ (torī तारी = Zuchini)

ਥੋੜਾ (thoḍā थोड़ा = A little)

ਦੋ (do दो = Two)

ਦੋਸ਼ (dosh दोश = Fault)

ਦੋਸਤ (dost दोसत = Friend)

ਦੋਸਤੀ (dostī दोसती = Friendship)

ਦੋਖ (dokh दोख = Fault, sin)

ਦੋਖੀ (dokhī दोखी = Sinner)

ਦੋਬਾਰਾ (dobārā दोबारा = Twice, again)

ਧੋਖਾ (dhokhā धोखा دھوکہ = Deceit)

ਧੋਬੀ (dhobī धोबी = Washerman)

ਪੋਚਾ (pochā पोचा = Plaster)

ਪੋਲਾ (polā पोला = Loose)

ਫੋਕਟ (phokaṭ फोकट = Free)

ਫੋਕਾ (phokā फोका = Empty)

ਬੋਝਲ (bojhal बोझल = Heavy)

ਬੋਣਾ (boṇā बोना = to sow)

ਬੋਦੀ (bodī बोदी = Pigtail)

ਬੋਲਣਾ (bolṇā बोलना = to speak)

ਬੋਲੀ (bolī बोली = Language)

ਭੋਜ (bhoj भोज = Feast)

ਭੋਰ (bhor भोर = Dawn)

ਭੋਲਾ (bholā भोला = Innocent)

ਮੋਹ (moh मोह = Affection)

ਮੋਹਰ (mohar मोहर = Gold Coin)

ਮੋਚ (moch मोच = Sprain)

ਮੋਟਾ (moṭā मोटा = Fat)

ਮੋਤੀ (motī मोती = Pearl)

ਮੋਨ (mon मोन = Silence)

ਮੋਮ (mom मोम = Wax)

ਮੋਰ (mor मोर = Peacock)

ਮੋਰੀ (morī मोरी = Hole)

ਯੋਧਾ (yodhā योधा = warrior)

ਰੋਕਣਾ (rokṇā रोकणा = to stop)

ਰੋਗ (rog रोग = Disease)

ਰੋਗਣ (rogaṇ रोगण = Paint)

ਰੋਜ਼ (roz रोज़ روز = Daily)

ਰੋਜ਼ੀ (rozī रोज़ी روزی = Occupation)

ਰੋਟੀ (roṭī रोटी = Bread)

ਰੋਣਾ (rokṇā रोना = to cry)

ਲੋ (lo लो = Take)

ਲੋਹਾ (lohā लोहा = Iron)

ਲੋਕ (lok लोक = World)

ਲੋਕ ਸੇਵਾ (lok sevā लोक सेवा = Public service)

ਲੋਕ ਰਾਜ (lok rāj लोक राज = Democracy)

ਲੋਟਾ (loṭā लोटा = Jug)

EXERCISE 1 : Read and Write the following Punjabi words in Gurmukhi script :
Do not move ahead, without understanding what we learned so far.

1. ਪਗੜੀ (Turban), ਧਰਤੀ (Earth), ਰਿਹਾ (Is happening), ਉਧਰ (There), ਬਹੁਤ (Very), ਭੀੜ (Crowd), ਜੋਤੀ (Flame), ਕਠੋਰ (Harsh), ਮਨੋਭਾਵ (Emotion), ਮਨੋਬਲ (Morale), ਮਨੋਦਸ਼ਾ (Mood), ਮਨੋਕਾਮਨਾ (Desire), ਕਰੋ (Do), ਕਰੋੜ (Ten Million), ਸਰੋਤਾ (Nut-Cracker), ਕੋਕਾਕੋਲਾ (Coca Cola)

2. Translate in English :

ਗੋਪਾਲ ਦਾ ਘੋੜਾ ਕਾਲਾ ਹੈ। ਮੋਹਨ ਦੇ ਬਾਗ ਵਿਚ ਮੋਰ ਨਚ ਰਿਹਾ ਹੈ। ਪਗੜੀ ਗੋਲ ਹੈ ਧਰਤੀ ਗੋਲ ਹੈ। ਉਧਰ ਮੇਲੇ ਵਿਚ ਬਹੁਤ ਭੀੜ ਹੈ।

(**ANSWERS**, if you need help : 1. pagḍī, dhartī, rihā, udhar, bahut, bhīḍ, jotī, kaṭhor, manobhāv, manobal, manodashā, karo, karoḍ, sarotā, Kokā-kolā. 2. Gopāl dā ghoḍā kālā hai, Mohan de bāg vich mor nach rihā hai, pagḍī gol hai dhartī gol hai, udhar mele vich bahut bhīḍ hai)

(4.9) kanaurā ਕਨੌੜਾ

(au ਔ)

The kanaurā (ੌ) adds ਔ (au औ) sound to the consonant, for example :

ਸ਼ੌਕ (shauk शौक = Fancy)

ਸੌਖ (saukh सौख = Comfort)

ਸੌਗੀ (saugī सौगी = Raisins)

ਸੌਣ (sauṇ सौण = Sleeping)

ਸੌਦਾ (saudā सौदा Business)

ਸੌਦਾਈ (saudāī सौदाई = Crazy)

ਸੌਦਾਗਰ (saudāgar सौदागर = Trader)

ਸੌਦਾਗਰੀ (saudāgarī सौदागरी = Trade)

ਸੌਦੇਬਾਜ਼ (saudebāz सौदेबाझ = Haggler)

ਸੌਦੇਬਾਜ਼ੀ (saudebāzī सौदेबाझी = Bargening)

ਹੌਲੇ (haule हौले = Slowly)

ਕੌਣ (kauṇ कौन = Who?)

ਕੌਮ (kaum कौम = Tribe)

ਕੌੜਾ (kauṛā कड़ा = Bitter)

ਖੌਲਣਾ (khaulṇā खौलना = to bubble)

ਗੌਰਵ (gaurav गौरव = Glory)

ਘੌਲ (ghaul घौल = Laziness)

ਚੌੜਾ (chauṛā चौड़ा = Wide)

ਚੌੜਾਈ (chauṛāī चौड़ाई = Width)

ਜੌਹਰੀ (jauharī जौहरी = Jeweller)

ਜੌੜਾ (jauṛā जौड़ा = Pair)

ਠੌਰ (ṭhaur ठौर = Abode)

ਡੌਲ (daul डौल = Mode)

ਤੌਰ (taur तौर = Method)

ਦੌਰਾ (daurā दौरा = Fit, Spasm)

ਪੌਦਾ (paudā पौदा = Plant)

ਫੌਜ (fauj फ़ौज فوج = Army)

ਫੌਜੀ (faujī फ़ौजी فوجی = Martial)

ਫੌਤ (faut फ़ौत فوت = Death)

ਫੌਰਨ (fauran फ़ौरन فورن = Quickly)

ਫੌਲਾਦ (faulād फ़ौलद فولاد = Steel)

ਬੌਲਾ (baulā बौला = Mad)

ਭੌਤਿਕ (bhautik भौतिक = Mundane)

ਮੌਜ (mauj मौज = Enjoyment)

ਮੌਤ (maut मौत = Death)

ਰੌਣਕ (rauṇak रौणक = Splendour)

ਰੌਣਕੀ (rauṇakī रौणकी = Jolly)

ਰੌਲਾ (raulā रौला = Uproar)

ਲੌਕੀ (laukī लौकी = Pumpkin)

EXERCISE 1 : Read and Write the following Punjabi words in Gurmukhi script :
        Do not move ahead, without understanding what we learned so far.

1. ਦੌੜ (Run), ਪਕੌੜਾ (Fritter), ਮਕੌੜਾ (Black Ant), ਔਖਾ (Difficult), ਔਟਾ (Boiled), ਔਸਧ (Medicine), ਔਘਟ (Crisis), ਔਜ਼ਾਰ (Tool), ਔਧਰ (There), ਔਰਤ (Woman), ਔਲਾਦ (Child), ਖਿਡੌਣਾ (Toy), ਹੌਲੀ (Slowly), ਖੜਾ (Standing), ਕਰਾਰਾ (Crunchy), ਸੀ (Was), ਬੜਾ (Very), ਵੇਖੇ (See), ਕਲ (Yesterday, Tomorrow)

2. Translate in English :

ਸੋਹਣ ਕਰਾਰੇ ਪਕੌੜੇ ਖਾ ।   ਵੇਖੇ ਔਧਰ ਕੌਣ ਆਇਆ ਹੈ ।   ਕਲ ਦਾ ਪਾਠ ਬੜਾ ਔਖਾ ਸੀ ।   ਹੌਲੀ ਹੌਲੀ ਨਾ ਚਲੋ ਛੇਤੀ ਛੇਤੀ ਦੌੜੋ ।   ਖਿਡੌਣੇ ਕੌਣ ਖੇਡਦਾ ਹੈ ?

(ANSWERS, if you need help : **1**. dauḍ, pakoḍā, makoḍā, aukhā, auṭā, aushadh, aughaṭ, auzār, audhar, aulād, khiḍauṇā, haulī, khaḍā, karārā, sī, baḍā, vekho, kal. **2**. Sauhan karāre pakauḍe khā, vekho audhar kauṇ āiā hai, kal dā pāṭh baḍā aukhā sī, holī holī nā chalo chhetī chhetī dauḍo, khiḍauṇe kauṇ kheḍdā hai?)

(4.10) bindī ਬਿੰਦੀ

(ṅ, ñ, ṇ, n, ṁ ਙ, ਞ, ਣ, ਨ, ਮ)

The nindī (◌ં) adds Nasal Sound to the Vowel Mark before/below it.

NOTES :

(**1**) Bindī ◌ં may be used with Kannā ਾ, Bihārī ੀ, Lāvā̃ ੇ, Dulāvā̃ ੈ, Horā ੋ, Kanaurā ੌ and with the letters u ਉ and ū ਊ.

(**2**) Bindī ◌ં is not used with Sihārī ਿ, aunkar ੁ and Dulainkar ੂ.

EXAMPLES

ਸਾਂਚਾ (sā̃chā ਸਾਂਚਾ = Mould)   ਸਾਂਭਰ (sāmbhar ਸਾਂਭਰ = Antelope)

ਸ਼ਾਂਤ (shā̃t ਸ਼ਾਂਤ = Peaceful)   ਸੌਂਪਣਾ (saumpṇā ਸੌਂਪਣਾ = to entrust)

ਸ਼ਾਂਤੀ (shā̃ntī ਸ਼ਾਂਤੀ = Peace)   ਹੈਂ (hai͂ ਹੈਂ = Are)

ਸਾਂਭ (sāmbh ਸਾਂਭ = Care)   ਹੇਠਾਂ (heṭhā̃ ਹੇਠਾਂ = Below, Sub)

ਕ੍ਰਾਂਤੀ (kaṟntī क्रांती = Revolution)

ਕ੍ਰਾਂਤੀਕਾਰੀ (krāntīkārī क्रांतीकारी = Revolutionary)

ਖਾਂਸਣਾ (khā̃sṇā खाँसणा = to cough)

ਗੇਂਦ (gend गेंद = Ball)

ਗੇਂਦਾ (gendā गेंदा = Marigold)

ਚਾਂਟਾ (chāṇṭā चाँटा = Slap)

ਚਾਂਦਨੀ (chāndanī चांदनी = Moon light)

ਛਟਾਂਕ (chhaṭāṅk छटांक = 1/16 Seer)

ਜਾਂ (jā̃ जाँ = Whenever)

ਜਾਂਚ (jāñch जाँच = Check, Examine)

ਝਾਂਸਾ (jhā̃sā झाँसा = Bluff)

ਝਾਂਕਣਾ (jhā̃knā झाँकणा = to peep)

ਟਾਂਕਾ (ṭā̃kā टाँका = Stitch)

ਟਾਵਾਂ (ṭāvā̃ टावाँ = Rare)

ਟੈਂਚੀ (ṭaiñchī टैंची = Cistern)

ਡਿੰਗ (ḍing डिंग = Boast)

ਤਾਂ (tā̃ ताँ = Then, at that time)

ਥਾਂ (thā̃ थाँ = Place)

ਦੇਹਾਂਤ (dehānt देहान्त = Death)

ਨਵਾਂ (navā̃ नवाँ = New)

ਨਾਂ (nā̃ नाँ = Name)

ਨਾਂਵ (nā̃v नाँव = Noun)

ਪਾਂ (pā̃ पाँ = Pus)

ਪੈਂਠ (paiṇṭh पैंठ = Physique)

ਪੈਂਠ (paiṇṭh पैंठ = 65)

ਫਾਂਸੀ (phā̃sī फाँसी = Noose)

ਬਾਂਕਰੇ (bā̃nkre बाँकरे = Gallant)

ਬਾਂਝ (bāñjh बांझ = Sterile)

ਬਾਰਾਂ (bārā̃ बाराँ = 12)

ਬਾਰਾਂ ਮਾਸੀ (bārā̃ māsī बारा मासी = perennial)

ਭੈਣਾਂ (bhaiṇā̃ भैणां = Sisters)

ਮਾਂ (mā̃ माँ = mother)

ਮਾਂਗ (mā̃g माँग = Parting of hair)

ਮੈਂ (maĩ मैं = I, myself)

EXERCISE 1 :   Read and Write the following Punjabi words in Gurmukhi script :
Do not move ahead, without understanding what we learned so far.

1. ਕੈਂਚੀ (Scissor), ਤਾਂਗਾ (Tonga), ਤਾਂਘ (Desire), ਤਾਂਡਵ (**Shiva's Dance**), ਕਾਂ (Crow), ਆਂ (Mucus), ਆਉਂਦ (Appearance), ਪੀਂ (Pelican), ਭੇਂ (Lotus stem), ਮੇਂਢਾ (Ram), ਬਕਰੀ (Goat), ਬਾਂਦਰ (Monkey)

2. Translate in English :

ਕਾਂ ਕਾਂ-ਕਾਂ ਬੋਲਦਾ ਬਕਰੀ ਮੇਂ-ਮੇਂ ਬੋਲਦੀ ।   ਬਾਂਦਰ ਕੇਲਾ ਖਾ ਰਿਹਾ ਹੈ ।

(ANSWERS, if you need help : **1**. kaĩchī, tāṅgā, tā̃kh, Tāṇḍav, kā̃, ā̃, a!ū̃d, paĩ, bhẽ, meṇḍhā, bakrī, bandar. **2**. kā̃ kā̃-kā̃ boldā bakrī mẽ mẽ boldī, bandar kelā khā rihā hai)

(4.11) ṭippī ਟਿੱਪੀ

(ṅ, ñ, ṇ, n, ṁ ਙ, ਞ, ਣ, ਨ, ਮ)

The ṭippī (ੰ) adds nasal sound to the **letter** below it.

NOTES :

(1) Ṭippī ੰ may be used with Sihārī ਿ , auṅkar ੁ and Dulaiṅkar ੂ

(2) Ṭippī ੰ is never used with Kannā ਾ , Bihārī ੀ , Lā̃vā̃ ੇ , Dulā̃vā̃ ੈ , Horā ੋ ,

Kanaurā ੌ and with the letters u ਉ and ū ਊ.

(3) Bindī and Ṭippī both are never used together with the same latter. Only one of them is used with the applicable letters.

EXAMPLES

ਅੰਗ (jaṅg ਅੰਗ = Limb)   ਅੰਗੂਠਾ (aṅgūṭhā ਅੰਗੂਠਾ = Thumb)

ਅੰਗਰੇਜ਼ੀ (aṅgrezī ਅੰਗਰੇਜ਼ੀ = English)   ਅੰਗੂਠੀ (aṅgūṭhī ਅੰਗੂਠੀ = Ring)

ਅੰਗੁਰ (aṅgūr अंगूर = Grapes)

ਅੰਨ (Ann अंन = Food)

ਅਰੰਭ (jarambh अरंभ = Beginning)

ਇੰਦਰ (indar इंदर = King of Gods)

ਏਦੂੰ (aidū̃ ऐदूँ = From this)

ਸੰਸਦ (sansad संसद = Parliament)

ਸੰਕਟ (jsaṅkaṭ संकट = Crisis)

ਸੰਕਾ (jsaṅkā संका = Doubt)

ਸੰਕੇਤ (saṅket संकेत = Hint)

ਸੰਗਮ (saṅgam संगम = Junction)

ਸੰਜੋਗ (sañjog संजोग = Chance)

ਸਿੰਗ (sing सिंग = Horn)

ਸਿੰਘ (singh सिंघ = Lion)

ਸੁੰਦਰ (sundar सुंदर = Beautiful)

ਸੁੰਨਾ (sunnā सुंना = Empty)

ਹਿੰਦ (Hind हिंद = India)

ਹਿੰਦੀ (hindī हिंदी = Hindī language)

ਹਿੰਦੂ (hindū हिंदू = Hindū people)

ਹਿੰਮਤੀ (himmatī हिंमती = Courageous)

ਕੰਕਰ (kaṅkar कंकर = Pebble)

ਕੰਗਾਲ (kaṅgāl कंगाल = Bankrupt)

ਕੰਠ (kaṇṭh कंठ = Throat)

ਖੰਡ (khaṇḍ खंड = Part)

ਗੰਗਾ (gaṅgā गंगा = Ganges)

ਗੁੰਡਾ (guṇḍā गुंडा = Hooligan)

ਘੰਟਾ (ghaṇṭā घंटा = Bell)

ਘੂੰ ਘੂੰ (ghū̃ ghū̃ घूँ घूँ = Buzz)

ਟੰਗਾ (chaṅgā चंगा = Good)

ਚੰਚਲ (chañchal चंचल = Agile)

ਚੰਡੀ (chaṇḍī चंडी = Goddess Kalī)

ਚੰਦਰ (chandar चंदर = Moon)

ਚੰਦ੍ਰਿਕਾ (chandrikā चंद्रिका = Moonlight)

ਚੰਦਾ (chandā चंदा = Subscription)

ਜੰਗਾਲ (jaṅgal जंगल = Forest)

ਜਿੰਦ (jind जिंद = Life)

ਜਿੰਦਾ (ijaḍa जिंदा = Alive)

ਜਿੰਨ (jinn जिंन = Ghost)

ਝੰਝਟ (jhañjhat झंझट = Botheration)

ਝੰਡਾ (jhaṇḍā झंडा = Flag)

ਟੰਗ (ṭang टंग = Leg)

ਟੂੰ ਟਾਂ (ṭũ ṭā̃ टूँ टाँ = Fiddling)

ਡੰਡਾ (ḍaṇḍā डंडा = Stick)

ਡੂੰਗਾ (jdūngā डूँगा = Deep)

ਢੰਗ (jḍhang ढँग = Style)

ਤੰਗ (tang तंग = Tang)

ਤੰਗੀ (tangī तंगी = Tangī)

ਤੂੰ (tū̃ तूँ = You)

ਦੰਗਾ (dangā दंगा = Riot)

ਦੰਡ (daṇḍ दंड = Punishment)

ਦੰਦ (dand दंद = Tooth)

ਧਿੰਗਾਣਾ (dhingāṇā धिंगाणा = Obstruction)

ਧੂੰਆ (dhū̃ā धूँआ = Smoke)

ਨੰਗਾ (nangā नंगा = Bare)

ਪੰਖ (pankh पंख = Feather)

ਪਖੰਡੀ (pakhaṇḍī पखंडी = Phony)

ਪੰਗਾ (pangā पंगा = Thorn)

ਪਿੰਡ (piṇḍ पिंड = Village)

ਬੰਦਰ (bandar बंदर = Monkey)

ਬੰਦੂਕ (bandūk बंदूक = Gun)

ਬੰਧਨ (bandhan बंधन = Bondage)

ਬੰਬ (bamb बम्ब = Bomb)

ਬਿੰਡਾ (biṇḍā बिंडा = Stool)

ਬਿੰਦੀ (bindī बिंदी = Zero)

ਬਿੰਦੂ (bindū बिंदी = dot)

ਬੂੰਦ (būnd बूँद = A Drop)

ਭੰਡਾਰਾ (bhaṇḍārā भँडारा = Feast)

ਮੰਗਲ (mangal मंगल = Bliss)

ਮੰਡੀ (maṇḍī मँडी = Market)

ਮੰਤਰੀ (mantrī मंतरी = Minister)

ਮੰਦਰ (mandar मंदर = Temple)

ਮੁੰਡਾ (muṇḍā मुंडा = Boy)

ਮੈਨੂੰ (mainū̃ मैनूँ = To me, me)

ਰੰਗ (rang रंग = Colour)

ਰੰਜ (rañj रंज = Grief)

ਰੂੰ (rū̃ ਰੂੰ = Cotton)   ਵੰਡਣਾ (van̐ḍṇa → ਵੰਡਣਾ = to distribute)

ਲੰਗੂਰ (laṅgūr ਲੰਗੂਰ = Ape)

EXERCISE 1 : Read and Write the following Punjabi words in Gurmukhi script :
    Do not move ahead, without understanding what we learned so far.

1. ਇੰਜਨ (Engine), ਸੰਸਾਰ (World), ਸਤੰਬਰ (September), ਚੁਕੰਦਰ (Beetroot), ਜੰਗਲਾ (Railing), ਜੰਗਲੀ (Wild), ਪੰਡਤ (Learned), ਲੰਗਰ (Anchor), ਚਿੜੀ (Sparrow), ਅਸੀਂ (We)

2. Translate in English :
   ਮੁਰਗਾ ਬੋਲੇ ਕੁਕੜੂੰ ਕੂੰ । ਕਰੇ ਕਬੂਤਰ ਗੁਟਹੂੰ ਘੂੰ । ਚਿੜੀ ਕਹੇ ਚੂੰ ਚੂੰ ।

(ANSWERS, if you need help : 1. injan, sam̐sār, satambar, chukandar, jaṅglā, jaṅglī, paṇḍat, laṅgar, chiḍī, asī̃
2. murgā bole kukḍū̃ kū̃, kare kabūtar guṭgū̃ ghū̃, chiḍī kahe chū̃ chū̃)

(4.12) adhak ਅਧਕ

The adhak (ੱ) gives a half (ਅੱਧਾ) sound to the letter below it,
and it dds a doubling sound (more stress) to the letter following the adhak sign.

NOTES : (1) Adhak sign ੱ will never be on the last letter of the word.

(2) Adhak sign ੱ is never used with Kannā ਾ, Bihārī ੀ, Lāvā̃ ੇ, Dulāvā̃ ੈ, Horā ੋ, Kanaurā ੌ and Dulainkar ੁ

Punjabi	Transliteration	Meaning
ਉੱਚਾ	(uchchā उच्चा	= High, Loud)
ਉੱਨ	(unna उन्न	= Wool)
ਉੱਨਾਂ	(unnā̃ उन्नाँ	= Them, those)
ਉੱਲੂ	(ullū उल्लू	= Owl)
ਅੱਖਾਂ	(jakkhā̃ अक्खाँ	= Eyes)
ਅੱਗੋ	(agge अगगे	= Ahead, in front)
ਅੱਡਾ	(aḍḍā अड्डा	= Base, rendezvous)
ਇੱਕ	(ikka इक्क	= One)
ਉੱਕਾ	(ikkā इक्का	= Alone)
ਸੱਚਾ	(sachchā सच्चा	= True, honest)
ਸੱਤ	(satta सत्त	= seven)
ਸੱਪ	(sappa सप्प	= Snake)
ਸਿੱਕਾ	(sikkā सिक्का	= Coin)
ਸਿਧਾ	(siddhā सिद्धा	= Straight, Direct)
ਸੁੱਕਾ	(sukkā सुक्का	= Dry)
ਹੱਜਾਮ	(hajjām हज्जाम	= Barber)
ਹੱਡੀ	(haḍḍī हड्डी	= Bone)
ਹੱਥ	(hattha हत्थ	= hand)
ਕੱਚਾ	(kachchā कच्चा	= Raw, Unripe)
ਕੱਦ	(kadda कद्	= Stature)
ਤੱਦੂ	(kaddū कद्दू	= Pumplin, Gourd)
ਕਿੱਤਾ	(kuttā कुत्ता	= Dog)
ਖੱਟਾ	(khaṭṭā खट्टा	= Sour)
ਖੱਪ	(khappa खप्प	= Fuss)
ਖੱਬਾ	(khabbā खब्बा	= Left)
ਗੱਪ	(gappa गप्प	= Chat)
ਗੱਲ	(gala गल्ल	= Throat)
ਗਿੱਦਾ	(giddā गिद्दा	= A folk dance)
ਘੁੱਗੀ	(ghuggī घुग्गी	= Pegion)
ਘੁੱਟ	(ghuṭṭa घुट्ट	= One sip)
ਚੱਕਰ	(chakkar चक्कर	= Wheal)
ਚੱਕੀ	(chakkī चक्की	= Mill)
ਚਿੱਠੀ	(chiṭṭhī चिट्ठी	= Letter)
ਛੱਡ	(chaḍḍa छड्ड	= Let go)
ਜੱਲਾਦ	(jallād जल्लाद	= Assassin)
ਜੁੱਤਾ	(juttā जुत्ता	= Shoe)
ਝੁੱਗੀ	(ghuggī झुग्गी	= hut)
ਟਿੱਡੀ	(ṭiḍḍī टिड्डी	= Locust)

ਠੱਪਾ (ṭhappā ठप्पा = Stamp)

ਡੱਡੂ (ḍaḍḍū डड्डू = Frog)

ਢਿੱਲਾ (ḍhillā ढिल्ला = Loose)

ਤਿੱਥੇ (titthe तित्थे = There)

ਥਿੱਦਾ (thiddā थिद्दा = Grease)

ਦੁੱਧ (duddha दुद्ध = Milk)

ਧੱਕਾ (dhakkā धक्का = Jolt, Push)

ਧਮੱਕਾ (dhamakkā धमक्का = bang)

ਨੱਚ (nachcha नच्च = Dance)

ਪੱਕਾ (pakkā पक्का = Strong, Ripe)

ਪੱਖਾ (pakkhā पक्खा = Fan)

ਫੱਕਾ (phakkā फक्का = handful)

ਫੁੱਲ (phulla फुल्ल = Flower)

ਬੱਗਾ (baggā बग्ग = White)

ਬੱਚਾ (bachchā बच्चा = Child)

ਭੱਦਾ (bhaddā भद्दा = Ugly)

ਮੱਛੀ (machchhī मच्छी = Fish)

ਮੱਠਾ (maṭṭhā मड्ठा = Buttermilk)

ਯੱਕਾ (yakkā यक्का = Ace)

ਯੁੱਧ (yuddha युद्ध = War)

ਰੱਛਾ (rachchhā रच्छा = Protection)

ਲੱਟੂ (laṭṭū लट्टू = Toy top)

ਲੁੱਚਾ (luchchā लुच्चा = Shameless)

ਵੱਡਾ (vaḍḍā वड्डा = Elder, Big)

EXERCISE 1 : Read and Write the following Punjabi words in Gurmukhi script :

Do not move ahead, without understanding what we learned so far.

1. ਛੱਲੀ (Cob), ਬਿੱਲੀ (Cat), ਟੱਲੀ (Bell), ਗੱਡੀ (Vehicle), ਦਿੱਲੀ (Delhi), ਬੁੱਲ੍ਹ (Lip), ਮੱਖੀ (Fly), ਢੱਕਨ (Lid), ਬੱਦਲ (Cloud), ਮੱਛਰ (Mosquito), ਪੱਤਾ (Leaf), ਬੱਕਰਾ (He Goat), ਬੁੱਤ (Statue), ਮੱਖਨ (Butter), ਮਿੱਟੀ (Soil), ਦੱਸ (Ten), ਪਿੱਠ (Back), ਸੱਜਾ (Right, Right hand), ਸੱਟ (Injury, Stroke, hit), ਮੱਕੀ (Corn)

2. Translate in English :

ਅਮਰੀਕਾ ਕਨੇਡਾ ਦੇ ਦੱਖਣ ਵੱਲ ਹੈ । ਬੱਲੂ ਦੇ ਖੱਬੇ ਹੱਥ ਤੇ ਸੱਟ ਵੱਜੀ ਸੀ । ਛੱਬੇ ਮੇਰੀ ਵੱਡੀ ਭੈਣ ਹੈ । ਮੱਕੀ ਦੀ ਰੋਟੀ ਦੇ ਨਾਲ ਸਾਗ ਤੇ ਮੱਖਨ ਚੰਗਾ ਲਗਦਾ ਹੈ ।

(ANSWERS, if you need help : **1.** chhalī, billī, ṭallī, gaḍḍī, Dillī, bulla, makkhī, ḍhakkan, baddal, machchhar, pattā, bakkarā, butta, makkhan, miṭṭī, dassa, piṭṭha, sajjā, saṭṭa, makkī **2.** Amrīkā Kanāḍā de dakkhaṇ hai,

Ballū de khabbe hattha te saṭṭa laggī sī, Chhabbo merī vaḍḍī bheṇ hai, makkī dī roṭī de nāl sāg te makkhan changā lagdā hai)

(4.13) pairī̃ h, r, v ਪੈਰੀਂ ਹ, ਰ, ਵ

੍ਹ   ੍ਰ   ੍ਵ

DEFINATION : Whe Gurmukhī letters h (ਹ), r (ਰ), or v (ਵ) is conjoined with any consonat, the h (ਹ), r (ਰ), or v (ਵ) latters **are placed at the foot** of that consonant. This conjoining of letter h (ਹ), r (ਰ), or v (ਵ), at the foot of any other letter, is called pairī̃ ਪੈਰੀਂ

RULE : When two consonants come together (without any vowel between them, such as Pr or Rp), the first consonant is phonetically a HALF letter, and the second consonant is FULL letter. A FULL letter is a consonant that has a vowel attached to it. The HALF letter is the one which has no vowel attached to it.

Thus, (i) in a word, when letters P (ਪ प) and R (ਰ र) come together, the P (ਪ प) of the PR (ਪ੍ਰ प्र) is a HALF consonant and the R (੍ਰ   ्र) of the PR (ਪ੍ਰ प्र) is a FULL consonant. Similarly, (ii) in any word, when letters R (ਰ र) and P (ਪ प) come together, the R (੍ਰ   र्) of the RP is a HALF consonant and the P (ਪ प) of the RP (ਰਪ र्प) is a FULL consonant.

For example :   (i) In the word Prem (ਪ੍ਰੇਮ प्रेम Love), the P (ਪ प) is HALF letter and the R (੍ਰ   ्र) is a FULL letter. And, (ii) in the word Chulha (ਚੁਲ੍ਹ चुल्ह Hearth), the the L (ਲ੍ ल्) is HALF letter and the H (੍ਹ   ह) is a FULL letter.

INTERESTING NOTE :

It is interesting to note that in the modern Gurmukhi h (ਹ), r (ਰ), v (ਵ) are used as pairīⁿ ਪੈਰੀਂ letters. Sometimes y in dy or dhy (ਦਯ, ਧਯ द्य, ध्य) is also used as pairīⁿ ਪੈਰੀਂ letter.

However, in Hindi/Sanskrit many letters are used as ਪੈਰੀਂ foot letters. **EXAMPLES**

nk ਕ੍ਕ ङ्क, nkt ਕ੍ਤ, nkh ਕ੍ਖ, ng ਗ੍ਗ ङ्ग, ngh ਘ੍ਘ, nm ਮ੍ਮ, nl ਲ੍ਲ, nv ਵ੍ਵ, nksh ਕ੍ਸ਼, nkshy ਕ੍ਸ਼੍ਯ, hṇ ਹ੍ਣ, hn ਹ੍ਨ, hr ਹ੍ਰ, hl ਹ੍ਲ, hv ਹ੍ਵ, kk ਕ੍ਕ क्क, kv ਕ੍ਵ, ṭṭ ਟ੍ਟ, ṭṭh ਟ੍ਠ, tv ਤ੍ਵ, ḍḍ ਡ੍ਡ, ḍḍh ਡ੍ਢ, ḍg ਡ੍ਗ, etc.

EXAMPLES of ਪੈਰੀਂ ਹ, ਰ, ਵ words :

ਚੁੱਲ੍ਹ (chulha चुल्ह = Hearth)

ਪ੍ਰੇਮ (prem प्रेम = Love)

ਅਸ੍ਵ (asmva अश्व = Horse)

ਵਿੰਧਯ (vindhya विंध्य = Vindya Mountain)

ਉਨ੍ਹਾਂ (unhāⁿ उन्हाँ = Them, those)

ਉਮ੍ਹਲਣਾ (umhalṇā उम्हलणा = to gush)

ਉਰ੍ਹਾਂ (urhāⁿ उरहाँ = On this side)

ਅੰਦ੍ਰਿਖ (adrikh अद्रिख = Invicible)

ਅੰਨ੍ਹਾ (annhā अन्हा = Blind)

ਅੰਨ੍ਹੇਰ (annher अन्हेर = Injustice)

ਅਪਭ੍ਰੰਸ (apabhraṁsa अपभ्रंस = Medieval)

ਅਪ੍ਰਤੱਖ (apratakkha अप्रतक्ख = Indirect)

ਅਲ੍ਹੜ (alhaṛ अल्हड़ = Childish)

ਅੜ੍ਹਬ (aḍhab अड़हब = Stubborn)

ਇਸਤ੍ਰੀ (istrī इसत्री = Iron for clothes)

ਸਦ੍ਰਿਸ਼ (sadrish सद्रिश = Similar)

ਸਰ੍ਹੋਂ (sarrhoⁿ सरहों = Mustard)

ਸਰ੍ਹਾਣਾ (sarhāṇa सरहाणा = Pillow)

ਸੁਕ੍ਰਿਤ (sakrit सक्रित = Good deed)

ਹੜ੍ਹ (haḍha हड़ह = Flood)

ਕ੍ਰਮ (kram क्रम = Sequence)

ਕ੍ਰਾਂਤੀ (krāntī क्रांती = Revolution)

ਕ੍ਰਾਂਤੀਕਾਰ (krāntīkār क्रांतीकार = Revolutionary)

ਕ੍ਰਿਸ਼ਕ (krishak क्रिशक = Farmer)

ਕ੍ਰਿਸ਼ੀ (krishī क्रिशी = Agriculture)

ਕ੍ਰਿਤੀ (kritī क्रिती = Deed, Writing)	ਪ੍ਰਚੰਡ (pchaṇḍ प्रचंड = Intense)
ਕਾਨ੍ਹ (kanha कान्ह = Krishna)	ਪ੍ਰਤਿਸ਼ਤ (pratishat प्रतिशत = Percent)
ਕਾੜ੍ਹਾ (kāḍhā काड़हा = Decoction)	ਪ੍ਰਤਿਕੁਲ (pratikūl प्रतिकूल = Contrary)
ਕਿਲ੍ਹਾ (kilhā किल्हा = Fort)	ਪ੍ਰਤੀਕ (pratīk प्रतीक = Symbol)
ਗ੍ਰਸਤ (grasat ग्रसत = Engrossed)	ਪ੍ਰਥਮ (pratham प्रथम = First)
ਗੜ੍ਹਕਣਾ (gaḍhaknā गड़ूहकणा = to roar)	ਪ੍ਰਦੀਪਤ (pradīp प्रदीपत = Illuminated)
ਗੜ੍ਹੀ (gaḍhī गड़ूही = Fortress)	ਪ੍ਰੇਮਿਕਾ (premikā प्रेमिका = Sweetheart)
ਘੁਰ੍ਹਾ (ghurhā घुर्हा = hook)	ਪ੍ਰੇਮੀ (premī प्रेमी = Lover)
ਚੜ੍ਹਨਾ (chaḍhnā चडूहना = to climb)	ਪੜ੍ਹਨਾ (paḍhanā पड़ूहना = to read, to study)
ਜਮ੍ਹਾ (jamhā जम्हा = Sum total)	ਪੜ੍ਹਾਈ (paḍhāī पड़ूहाई = Study)
ਜਿਲ੍ਹਾ (jilhā जिल्हा = District)	ਮੜ੍ਹਨਾ (maḍhnā मड़ूणे = to wrap)
ਤ੍ਰਿਸ਼ਣਾ (trishṇā त्रिशणा = Desire)	ਮਾਲ੍ਹ-ਪੂੜਾ (mālh-pūā माल्हपूआ = Pancake)
ਤ੍ਰਿਕਾਲ (trikāl त्रिकाल = Past-present-future)	ਰੀੜ੍ਹ (rīḍh रीड़ूह = Spine)
ਤ੍ਰਿਖਾ (trikhā त्रिशा = Thirst)	ਲੀਲ੍ਹਾ (līlhā लील्हा = Divine Play)
ਤ੍ਰੇੜ (treḍ त्रेड़ = Crack)	ਵਜ੍ਹਾ (vajhā वज्ह وجہ = Cause)
ਦ੍ਰਵ (drav द्रव = Liquid)	ਸ੍ਵਰ (svar स्वर = Sound)
ਪ੍ਰਹਾਰ (prahār प्रहार = Blow)	

EXERCISE 1 : Read and Write the following Punjabi words in Gurmukhi script :

Do not move ahead, without understanding what we learned so far.

1. ਸ੍ਰੀ ਅੰਮ੍ਰਿਤਸਰ (Sri Amritsar), ਚੰਡੀਗੜ੍ਹ (Chaṇḍīgaḍh), ਅੰਮ੍ਰਿਤ (Nectar), ਗ੍ਰੰਥ (Scripture), ਦੂਲ੍ਹਾ (Bridegroom), ਤ੍ਰੁਟੀ (Flaw), ਤ੍ਰਿਲੋਚਨ (Shiva), ਤ੍ਰਿਲੋਕ (Heaven-Earth-Hell), ਦਵਾ (Medivine)

2. Translate in English :
ਦਰਬਾਰ ਸਾਹਿਬ ਸ੍ਰੀ ਅੰਮ੍ਰਿਤਸਰ ਸੁੰਦਰ ਹੈ ।   ਚੰਡੀਗੜ੍ਹ ਵੱਡਾ ਨਗਰ ਹੈ ।

(ANSWERS, if you need help : 1. Sri Amritsar, Chaṇḍīgaḍh, amrit, grantha, hūlhā, traṭī, tralochan, davā । دو 2. darbār sāhib Sri Amritsar sundar hai, Chaṇḍīgaḍh vaḍā nagar hai)

(4.14) Punjabī Aspirate Leatters ਮਹਾਂ ਪ੍ਰਾਣ

The letters that need extra breath than their normal counterparts are Breath Letters or the Aspirates ਮਹਾਂ ਪ੍ਰਾਣ. The added h to the normal letter produces the emphasized Aspirate letter.

Thus :

k ਕ + h ਹ = kh ਖ,   g ਗ + h ਹ = gh ਘ,   ch ਚ + h ਹ = chh ਛ,

j ਜ + h ਹ = jh ਝ,   ṭ ਟ + h ਹ = ṭh ਠ,   ḍ ਡ + h ਹ = ḍh ਢ,

t ਤ + h ਹ = th ਥ,   d ਦ + h ਹ = dh ਧ,   p ਪ + h ਹ = ph ਫ,

b ਬ + h ਹ = bh ਭ,   s ਸ + h ਹ = sh ਸ਼.

Similarly the   kḥ ਖ਼, gḥ ਗ਼, z ਜ਼ *and*   f ਫ਼ *are also aspirates used in Gurmukhi* writing.

S is also an Aspirate letter, but is not shown in the above char, instead only the emphasized Sh and Ṣh aspirates are shown.

4.15 CHART OF ALPHABET WITH VOWEL SIGNS
ਬਾਰਾਖੜੀ

	ਾ	ਿ	ੀ	ੁ	ੂ	ੇ	ੈ	ੋ	ੌ	ਂ
	ā	i	ī	u	ū	e	ai	o	au	ṅ
	(ਕ+ਾ)	(ਕ+ਿ)	(ਕ+ੀ)	(ਕ+ੁ)	(ਕ+ੂ)	(ਕ+ੇ)	(ਕ+ੈ)	(ਕ+ੋ)	(ਕ+ੌ)	(ਕ+ਂ)
ਅ	ਆ	ਇ	ਈ	ਉ	ਊ	ਏ	ਐ	ਓ	ਔ	ਅਂ
ਸ	ਸਾ	ਸਿ	ਸੀ	ਸੁ	ਸੂ	ਸੇ	ਸੈ	ਸੋ	ਸੌ	ਸਂ
ਹ	ਹਾ	ਹਿ	ਹੀ	ਹੁ	ਹੂ	ਹੇ	ਹੈ	ਹੋ	ਹੌ	ਹਂ
ਕ	ਕਾ	ਕਿ	ਕੀ	ਕੁ	ਕੂ	ਕੇ	ਕੈ	ਕੋ	ਕੌ	ਕਂ
ਖ	ਖਾ	ਖਿ	ਖੀ	ਖੁ	ਖੂ	ਖੇ	ਖੈ	ਖੋ	ਖੌ	ਖਂ
ਗ	ਗਾ	ਗਿ	ਗੀ	ਗੁ	ਗੂ	ਗੇ	ਗੈ	ਗੋ	ਗੌ	ਗਂ
ਘ	ਘਾ	ਘਿ	ਘੀ	ਘੁ	ਘੂ	ਘੇ	ਘੈ	ਘੋ	ਘੌ	ਘਂ
ਙ	ਙਾ	ਙਿ	ਙੀ	ਙੁ	ਙੂ	ਙੇ	ਙੈ	ਙੋ	ਙੌ	ਙਂ
ਚ	ਚਾ	ਚਿ	ਚੀ	ਚੁ	ਚੂ	ਚੇ	ਚੈ	ਚੋ	ਚੌ	ਚਂ
ਛ	ਛਾ	ਛਿ	ਛੀ	ਛੁ	ਛੂ	ਛੇ	ਛੈ	ਛੋ	ਛੌ	ਛਂ
ਜ	ਜਾ	ਜਿ	ਜੀ	ਜੁ	ਜੂ	ਜੇ	ਜੈ	ਜੋ	ਜੌ	ਜਂ
ਝ	ਝਾ	ਝਿ	ਝੀ	ਝੁ	ਝੂ	ਝੇ	ਝੈ	ਝੋ	ਝੌ	ਝਂ
ਞ	ਞਾ	ਞਿ	ਞੀ	ਞੁ	ਞੂ	ਞੇ	ਞੈ	ਞੋ	ਞੌ	ਞਂ
ਟ	ਟਾ	ਟਿ	ਟੀ	ਟੁ	ਟੂ	ਟੇ	ਟੈ	ਟੋ	ਟੌ	ਟਂ
ਠ	ਠਾ	ਠਿ	ਠੀ	ਠੁ	ਠੂ	ਠੇ	ਠੈ	ਠੋ	ਠੌ	ਠਂ
ਡ	ਡਾ	ਡਿ	ਡੀ	ਡੁ	ਡੂ	ਡੇ	ਡੈ	ਡੋ	ਡੌ	ਡਂ
ਢ	ਢਾ	ਢਿ	ਢੀ	ਢੁ	ਢੂ	ਢੇ	ਢੈ	ਢੋ	ਢੌ	ਢਂ
ਣ	ਣਾ	ਣਿ	ਣੀ	ਣੁ	ਣੂ	ਣੇ	ਣੈ	ਣੋ	ਣੌ	ਣਂ
ਤ	ਤਾ	ਤਿ	ਤੀ	ਤੁ	ਤੂ	ਤੇ	ਤੈ	ਤੋ	ਤੌ	ਤਂ
ਥ	ਥਾ	ਥਿ	ਥੀ	ਥੁ	ਥੂ	ਥੇ	ਥੈ	ਥੋ	ਥੌ	ਥਂ
ਦ	ਦਾ	ਦਿ	ਦੀ	ਦੁ	ਦੂ	ਦੇ	ਦੈ	ਦੋ	ਦੌ	ਦਂ
ਧ	ਧਾ	ਧਿ	ਧੀ	ਧੁ	ਧੂ	ਧੇ	ਧੈ	ਧੋ	ਧੌ	ਧਂ
ਨ	ਨਾ	ਨਿ	ਨੀ	ਨੁ	ਨੂ	ਨੇ	ਨੈ	ਨੋ	ਨੌ	ਨਂ

ਪ	ਪਾ	ਪਿ	ਪੀ	ਪੁ	ਪੂ	ਪੇ	ਪੈ	ਪੋ	ਪੌ	ਪੰ
ਫ	ਫਾ	ਫਿ	ਫੀ	ਫੁ	ਫੂ	ਫੇ	ਫੈ	ਫੋ	ਫੌ	ਫੰ
ਬ	ਬਾ	ਬਿ	ਬੀ	ਬੁ	ਬੂ	ਬੇ	ਬੈ	ਬੋ	ਬੌ	ਬੰ
ਭ	ਭਾ	ਭਿ	ਭੀ	ਭੁ	ਭੂ	ਭੇ	ਭੈ	ਭੋ	ਭੌ	ਭੰ
ਮ	ਮਾ	ਮਿ	ਮੀ	ਮੁ	ਮੂ	ਮੇ	ਮੈ	ਮੋ	ਮੌ	ਮੰ
ਰ	ਰਾ	ਰਿ	ਰੀ	ਰੁ	ਰੂ	ਰੇ	ਰੈ	ਰੋ	ਰੌ	ਰੰ
ਲ	ਲਾ	ਲਿ	ਲੀ	ਲੁ	ਲੂ	ਲੇ	ਲੈ	ਲੋ	ਲੌ	ਲੰ
ਵ	ਵਾ	ਵਿ	ਵੀ	ਵੁ	ਵੂ	ਵੇ	ਵੈ	ਵੋ	ਵੌ	ਵੰ
ੜ	ੜਾ	ੜਿ	ੜੀ	ੜੁ	ੜੂ	ੜੇ	ੜੈ	ੜੋ	ੜੌ	ੜੰ
ਸ਼	ਸ਼ਾ	ਸ਼ਿ	ਸ਼ੀ	ਸ਼ੁ	ਸ਼ੂ	ਸ਼ੇ	ਸ਼ੈ	ਸ਼ੋ	ਸ਼ੌ	ਸ਼ੰ
ਖ਼	ਖ਼ਾ	ਖ਼ਿ	ਖ਼ੀ	ਖ਼ੁ	ਖ਼ੂ	ਖ਼ੇ	ਖ਼ੈ	ਖ਼ੋ	ਖ਼ੌ	ਖ਼ੰ
ਗ਼	ਗ਼ਾ	ਗ਼ਿ	ਗ਼ੀ	ਗ਼ੁ	ਗ਼ੂ	ਗ਼ੇ	ਗ਼ੈ	ਗ਼ੋ	ਗ਼ੌ	ਗ਼ੰ
ਜ਼	ਜ਼ਾ	ਜ਼ਿ	ਜ਼ੀ	ਜ਼ੁ	ਜ਼ੂ	ਜ਼ੇ	ਜ਼ੈ	ਜ਼ੋ	ਜ਼ੌ	ਜ਼ੰ
ਫ਼	ਫ਼ਾ	ਫ਼ਿ	ਫ਼ੀ	ਫ਼ੁ	ਫ਼ੂ	ਫ਼ੇ	ਫ਼ੈ	ਫ਼ੋ	ਫ਼ੌ	ਫ਼ੰ

A PRELIMINARY VOCABULARY OF KEY PUNJABI WORDS

ਮੈਂ (*maĩ*; I), ਹਾਂ (*hā̃*; am), ਅਸੀਂ (*asī̃*; we),

ਆਪ (*āp*; you), ਤੁਸੀਂ (*tusī̃*; you), ਤੂੰ (*tū̃*; you),

ਉਹ (*uh*; he, she), ਉਹ (*uh*; they), ਤੈਂ (*taĩ*; thou),

ਮੈਂ ਨੇ (*maĩ ne*; I), ਆਪ ਨੇ (*āp ne*; you), ਤੂੰ ਨੇ (*tū̃ ne*; you),

ਮੇਰਾ (*merā*; my m○), ਮੇਰੀ (*merī*; my f○), ਮੇਰੇ (*mere*; my plural○),

ਸਾਡਾ (*sāḍā*; our m○), ਸਾਡੀ (*sāḍī*; our f○), ਸਾਡੇ (*sāḍe*; our pl○),

ਆਪ ਦਾ (*āp dā*; your), ਆਪ ਦੀ (*āp dī*; your f○), ਆਪ ਦੇ (*āp de*; your),

ਤੁਹਾਡਾ (*tuhāḍā*; your m○), ਤੁਹਾਡੀ (*tuhāḍī*; your f○), ਤੁਹਾਡੇ (*tuhāḍe*; your pl○),

ਹੈ (*hai*; is, has), ਹਨ (*han*; are), ਸੀ (*sī*; was),

ਸਨ (*san*; were), ਕੀ (*kī*; what?),

LESSON 5
TABLE 4 : PUNJABI GURUMUKHI PICTORIAL DICTIONARY

f∘ Woman ਔਰਤ Aurat	m∘ child ਬੱਚਾ Bacchā	m∘ Face ਚਿਹਰਾ Ciharā	m∘ Head ਸਿਰ Sir	m∘ Bald ਗੰਜਾ Ganjā
f∘ Pigtail ਪੋਨੀ Ponī	m∘ Hair ਵਾਲ Vāl	m∘ Brain ਦਿਮਾਗ Dimāga	f∘ Skull ਖੋਪੜੀ Khōpaṛī	f∘ Vision ਨਜ਼ਰ Nazar
f∘ Eye ਅੱਖ Akkha	f∘ Eye brow ਭਰਵੱਟਾ Bharvaṭṭā	m∘ Tear ਹੰਝੂ hanjhū	f∘ Eyeball ਅੱਖ ਦਾ ਡੇਲਾ Akkha dā dolā	f∘ Eyelid ਪਪੋਟਾ Papoṭā
m∘ Cheek ਗੱਲੂ Gal'h	m∘ Forehead ਮੱਥਾ Matthā	m∘ Mole ਤਿਲ Til	m∘ Spilus ਤਿਲਕ Tilak	f∘ Neck ਗਰਦਨ Gardan
f∘ Nose ਨੱਕ Nakka	m∘ Mouth ਮੂੰਹ Mūh	f∘ Mustache ਦੋਖ dokh	f∘ Beard ਦਾੜ੍ਹੀ Dāṛhī	f∘ Chin ਠੋਡੀ Ṭhōḍī

m∘ Lip ਹੋਠ Hōṭh	f∘ Tongue ਜੀਭ Jībh	m∘ Teeth ਦੰਦ Dand	m∘ Throat ਗਲਾ Galā	m∘ Ear ਕੰਨ Kanna
m∘ Shoulder ਮੋਢਾ Mōḍhā	m∘ Hand ਹੱਥ Hattha	m∘ Palm ਹਥੇਲੀ Hathelī	m∘ Thumb ਅੰਗੂਠਾ agūṭhā	f∘ Bone ਹੱਡੀ Haḍḍī
f∘ Forefinger ਤਰਜਨੀ Tarjanī	f∘ Middle finger ਵੱਡੀ ਉਂਗਲ Vaḍī ūngal	f∘ Ring finger ਅਨਾਮਿਕਾ Anāmikā	f∘ Little finger ਚੀਚੀ Chīchī	m∘ Nail ਨਹੁੰ Nahu
f∘ Elbow ਕੂਹਣੀ Kūhaṇī	f∘ Wrist ਗੁੱਟ Guṭ	f∘ Fist ਮੁੱਠੀ Muṭṭhī	f∘ Leg ਲੱਤ Latta	m∘ Foot ਪੈਰ Pair
m∘ Sole ਸਲਾ Talā	m∘ Knee ਗੋਡਾ Gōḍā	f∘ Heel ਅੱਡੀ Aḍḍī	f∘ Chest ਛਾਤੀ Chātī	f∘ Waist ਕਮਰ Kamar
m∘ Stomach ਪੇਟ Pēṭ	f∘ Bellybutton ਨੇਵਲ Nēval	f∘ Spine ਰੀੜ੍ਹ Rīṛh	m∘ Lungs ਫੇਫੜੇ Phēphaṛē	m∘ Heart ਦਿਲ Dil

m◦ Hoof ਖੁਰ Khur	m◦ Paw ਪੰਜਾ Panjā	f◦ Trunk ਸੁੰਡ Suṇḍ	f◦ Mane ਅਯਾਲ Ayāl	f◦ Wool ਉੱਨ ūn
f◦ Tail ਪੂਛ Pūch	m◦ Horn ਸਿੰਗ Sing	f◦ Beak ਚੁੰਝ Chunj	m◦ Feather ਖੰਭ Khabbha	m◦ Egg ਅੰਡਾ Anḍā
m◦ Tree ਰੁੱਖ Rukh	f◦ Vine ਵੇਲ Vēl	m◦ Banyan ਬੋਹੜ Bōhaṛ	m◦ Ficus ਪੀਪਲ pīpal	m◦ Mango ਅੰਬ Ām
m◦ Pine ਚੀਲ Chīl	m◦ Bamboo ਬਾਂਸ Bāns	m◦ Palm ਤਾਲ Tāl	f◦ Grass ਘਾਹ Ghāh	f◦ wood ਲੱਕੜ Lakaṛ
m◦ Leaf ਪੱਤਾ Pattā	f◦ Branch ਸ਼ਾਖਾ Śākhā	f◦ Root ਜੜ੍ਹ Jaṛh	m◦ Forest ਜੰਗਲ Jangal	m◦ Mountain ਪਹਾੜ Pahāṛ
m◦ Flower ਫੁੱਲ Phul	m◦ Lotus ਕੰਵਲ Kanval	m◦ Rose ਗੁਲਾਬ Gulāb	f◦ Jasmine ਚੰਬੇਲੀ Chambelī	f◦ Sunflower ली ਸੂਰਜਮੁਖੀ Sūrajamukhī

f∘ Bud ਕਲੀ Kalī	m∘ Fruit ਫਲ Phal	m∘ Banana ਕੇਲਾ Kēlā	m∘ Grapes ਅੰਗੂਰ Agūr	m∘ Apple ਸੇਬ Sēb
m∘ Lemon ਨਿੰਬੂ Nibvū	m∘ Mango ਆਮ Ām	m∘ Orange ਸੰਤਰਾ Santarā	f∘ Pear ਨਾਸ਼ਪਾਤੀ Nāśapātī	m∘ Custard apple ਸ਼ਰੀਫ਼ਾ Sharīfā
m∘ Papaya ਪਪੀਤਾ Papītā	f∘ Pineapple ਅਨਾਨਾਸ Anānās	m∘ Pomegranate ਅਨਾਰ Anār	m∘ Sugarcane ਗੰਨਾ Gannā	m∘ Cashew ਕਾਜੂ Kājū
f∘ Vegetables ਸਬਜ਼ੀ Sabazī	m∘ Beet ਬੀਟ Bīṭ	m∘ Bitter gourd ਕਰੇਲਾ Karēlā	f∘ Cabbage *pattā-* ਪੱਤਾਗੋਭੀ Patāgōbhī	m∘ Watermelon ਤਰਬੂਜ Tarabūj
f∘ Carrot ਗਾਜਰ Gānjar	f∘ Cauliflower ਫੁੱਲ ਗੋਭੀ Phul gōbhī	m∘ Coriander ਧਨੀਆ Dhanīā	f∘ Chili ਮਿਰਚ Mirach	m∘ Plum ਬੇਰ Bēr
m∘ Tomato ਟਮਾਟਰ Ṭamāṭar	m∘ Mint ਪੁਦੀਨਾ Pudīnā	f∘ Beans ਫਲੀਆਂ Phaliāṁ	f∘ Zucchini ਪੇਠਾ Pēṭhā	m∘ Coconut ਨਾਰੀਅਲ Nārī'al

f∘ Clove ਲੌਂਗ Laung	f∘ Cardamom ਇਲਾਇਚੀ Ilāichī	f∘ Almond ਬਦਾਮ Badām	m∘ Walnut ਅਖਰੋਟ Akhroṭ	f∘ Peanut ਮੂੰਗਫਲੀ Mūngaphalī

f∘ Clove
ਲੌਂਗ Laung

f∘ Cardamom
ਇਲਾਇਚੀ Ilāichī

f∘ Almond
ਬਦਾਮ Badām

m∘ Walnut
ਅਖਰੋਟ Akhroṭ

f∘ Peanut
ਮੂੰਗਫਲੀ Mūngaphalī

m∘ Date
ਖਜੂਰ Khajūr

m∘ Eggplant
ਬੈਂਗਣ Baiṅgaṇ

m∘ Garlic
ਲਸਣ Lasaṇ

f∘ Ginger
ਅਦਰਕ Adarak

f∘ Corn
ਮਕਈ Maka'ī

f∘ Okrā
ਭਿੰਡੀ Bhiḍī

m∘ Onion
ਪਿਆਜ Pi'āja

m∘ Potato
ਆਲੂ Ālū

m∘ Peas
ਮਟਰ Maṭar

m∘ Cucumber
ਖੀਰਾ Khīrā

m∘ Pumpkin
ਪੇਠਾ Pēṭhā

f∘ Radish
ਮੂਲੀ Mūlī

f∘ Spinach
ਪਾਲਕ Pālak

f∘ Tamarind
ਇਮਲੀ Imlī

m∘ Jackfruit
ਕਠਲ Kaṭhal

f∘ Soup
ਦਾਲ Dāl

m∘ Eggs
ਅੰਡੇ Anḍē

m∘ Flour
ਆਟਾ Āṭā

m∘ Honey
ਸ਼ਹਿਦ Śahid

m∘ Oil
ਤੇਲ tēl

m∘ Food
ਭੋਜਨ Bhōjan

m∘ Butter
ਮੱਖਣ Makkhaṇ

f∘ Catsup
ਕੇਚੱਪ Kaicap

f∘ Coffee
ਕਾਫੀ Kāphī

f∘ Tea
ਚਾਹ Chāh

f∘ *burfi* ਬਰਫ਼ੀ Burphī	f∘ *jalebi* ਜਲੇਬੀ Jalebī	m∘ ਲੱਡੂ laḍḍū	m∘ Milk ਦੁੱਧ Duddha	m∘ Clarified-butter ਘੀ Ghī
m∘ Bread ਰੋਟੀ Rōṭī	m∘ Cake ਕੇਕ Kēk	m∘ Pickle ਅਚਾਰ Achār	f∘ Pāpad ਪਾਪੜ Pāpaṛ	m∘ Rice ਚਾਵਲ Cāval
f∘ Salad ਸਲਾਦ Salād	m∘ Salt ਲੂਣ Lūṇ	m∘ Spice ਮਸਾਲਾ Masāl	f∘ Wine, Liquor ਸ਼ਰਾਬ Śarāb	f∘ Chicken ਮੁਰਗਾ Muragā
m∘ Worm ਕੀੜਾ kīḍā	m∘ Animal ਪਸੂ Paśū	m∘ Leopard ਚੀਤਾ Chītā	m∘ Python ਅਜਗਾਰ Ajgar	m∘ Firefly ਜੁਗਨੂ Jugnū
f∘ Porcupine ਕੰਡੇਲਾ Kaḍailā	m∘ Alligator ਮਗਰਮੱਛ Magaramachha	f∘ Ant ਕੀੜੀ Kīṛī	m∘ Bat ਚਮਗਾਦੜ Chamagādaṛ	m∘ Ape ਗੋਰਿਲਾ Gōrilā
m∘ Scorpion ਬਿਛੂ Bichhū	f∘ Sheep ਭੇਡ Bhēḍ	m∘ Snake ਸੱਪ Sappa	f∘ Spider ਮੱਕੜੀ Makkaṛī	m∘ Turtle ਕੱਛੂ Kacchū

m○ Deer ਹਿਰਨ Hiran	m○ Dog ਕੁੱਤਾ Kuttā	m○ Donkey ਖੋਤਾ Khotā	m○ Elephant ਹਾਥੀ Hāthī	m○ Frog ਡੱਡੂ Ḍaḍḍū
m○ Bear ਰਿੱਛ Richha	f○ Bee ਮੱਖੀ Makkhī	f○ Buffalo ਮੱਝ Majjha	f○ Butterfly ਤਿਤਲੀ Titalī	f○ Fish ਮੱਛੀ Machhī
m○ Camel ਊਠ Ūṇṭh	f○ Cat ਬਿੱਲੀ Billī	m○ Cobra ਸੱਪ Sappa	f○ Cow ਗਊ Ga'ū	f○ Fox ਲੂੰਬੜੀ Lūmbaṛī
f○ Goat ਬੱਕਰੀ Bakrī	m○ Hippo ਦਰਿਆਈ ਘੋੜਾ Dari'ā'ī ghōṛā	m○ Horse ਘੋੜਾ Ghōṛā	m○ Hyena ਗਿੱਦੜ Gidaṛ	m○ Crab ਕੇਕੜਾ Kēkaṛā
m○ Lion ਸ਼ੇਰ Śēr	f○ Lizard ਕਿਰਲੀ Kiralī	m○ Mongoose ਨਿਉਲਾ Neulā	m○ Monkey ਬੰਦਰ Bandar	m○ Zebra ਜ਼ੈਬਰਾ Zaibarā
m○ Mosquito ਮੱਛਰ Machhar	m○ Moth ਪਤੰਗਾ Patangā	m○ Muse, Rat ਚੂਹਾ Cūhā	m○ Ox ਬਲਦ Balad	f○ Squirrel ਗਾਲਹਿਰੀ Galhirī

m∘ Pig ਸੂਰ Sūr	m∘ Rabbit ਖ਼ਰਗੋਸ਼ K̲haragōs̲	m∘ Roach ਕਾਕਰੋਚ Kākarŏca	m∘ Rhino ਗੈਂਡਾ Gaiṇḍā	m∘ Tiger ਬਾਘ Bāgh
m∘ Bird ਪੰਛੀ Panchhī	f∘ Cuckoo ਕੋਯਲ Koyal	m∘ Crow ਕਾਂ Kān	m∘ Duck ਬਤਖ਼ Batak̲h	m∘ Crane ਬਗਲਾ Baglā
f∘ Eagle ਚੀਲ Chīl	f∘ Fly ਮੱਖੀ Makkhī	f∘ Hen ਕੁਕੜੀ Kukṛī	m∘ Owl ਉੱਲੂ ullū	m∘ Falcon ਬਾਜ਼ Bāz
m∘ Parrot ਤੋਤਾ Tōtā	m∘ Peacock ਮੋਰ Mōr	m∘ Pigeon ਕਬੂਤਰ Kabūtar	m∘ Rooster ਕੁੱਕੜ Kukkaṛ	m∘ Pheasant ਤੀਤਰ Tītar
m∘ Snail ਘੋਗਾ Ghogā	m∘ Swan ਹੰਸ Hams	m∘ Vulture ਗਿਰਝ Girajh	m∘ Woodpecker ਚੱਕੀਰਾਹਾ Chakkīrāhā	m∘ Grasshopper ਟਿੱਡਾ Ṭiḍḍā
m∘ Ostrich ਸ਼ੁਤਰਮੁਰਗ Śutaramurag	m∘ Flamingo ਲਾਲ ਲਮਢੰਗ Lāl lamḍhing	f∘ Turkey ਪੇਰੂ Perū	m∘ Jay ਬੁਲਬੁਲ bulbul	f∘ Quail ਬਟੇਰ Baṭēr

m∘ Stove
ਚੁੱਲ੍ਹਾ Cul'hā

m∘ Cup
ਪਿਆਲਾ Pi'ālā

m∘ Glass
ਗਲਾਸ Galās

f∘ Plate
ਥਾਲੀ Thālī

f∘ Knife
ਛੁਰੀ Chhurī

m∘ Knife
ਚਾਕੂ Cākū

f∘ Ladle
ਕੜਛੀ Kaṛachhī

m∘ *Spoon*
ਚਮਚਾ Chamachā

f∘ Wok, Cauldron
ਕੜਾਹੀ Kaṛāhī

f∘ Bucket
ਬਾਲਟੀ Bālaṭī

f∘ Book
ਕਿਤਾਬ Kitāb

m∘ Paper
ਕਾਗਜ਼ Kāgaz

f∘ Letter
ਚਿੱਠੀ Chiṭṭhī

f∘ Pencil
ਕਲਮ Kalam

f∘ Pen
ਕਲਮ Kalam

m∘ Certificate
ਸਰਟੀਫਿਕੇਟ Saraṭīphikēṭ

m∘ Money
ਪੈਸੇ Paisē

f∘ Ball
ਗੇਂਦ Gend

f∘ Medicine
ਦਵਾਈ Davā'ī

f∘ Comb
ਕੰਘੀ Kanghī

f∘ Shirt
ਕਮੀਜ਼ Kamīz

f∘ Pants
ਪਤਲੂਨ Patlūn

m∘ Shoe
ਜੁੱਤਾ Jutā

f∘ *sārī*
ਸਾੜ੍ਹੀ Sāṛī

m∘ Brush
ਬੁਰਸ਼ Buraś

m∘ Balloon
ਗੁਬਾਰਾ Gubārā

f∘ Whistle
ਸੀਟੀ Sīṭī

f∘ Fan
ਪੱਖਾ Pakkhā

f∘ Needle
ਸੂਈ Sū'ī

f∘ Stick
ਸੋਟੀ Sōṭī

f∘ Cap ਟੋਪੀ Ṭōpī	m∘ Bag ਥੈਲਾ Thailā	f∘ Umbrella ਛੱਤਰੀ Chhatarī	m∘ Glasses ਐਨਕ Ainaka	m∘ Wallet ਬਟੂਆ Baṭū'ā
m∘ House ਘਰ Ghara	f∘ Key ਕੁੰਜੀ Kunjī	m∘ Lock ਤਾਲਾ Tālā	m∘ Door ਦਰਵਾਜ਼ਾ Darvāzā	f∘ Window ਝਰੋਖਾ Jharōkhā
f∘ Stool ਚੌਕੀ Caukī	f∘ Chair ਕੁਰਸੀ Kursī	m∘ Broom ਝਾੜੂ Jhāṛū	f∘ Bed ਬਿਸਤਰਾ Bisatarā	f∘ Electricity ਬਿਜਲੀ Bijalī
m∘ Pillow ਸਿਰਹਾਣਾ Sirahāṇā	f∘ Mattress ਬਸਤਰ Basatar	m∘ Blanket ਕੰਬਲ Kambal	f∘ Iron ਇਸਤਰੀ Istarī	m∘ Lamp ਦੀਵਾ Dīvā
f∘ Kettle ਕੇਤਲੀ Kētlī	f∘ Rolling pin ਵੇਲਣਾ Velaṇā	f∘ Jug ਗੜਵੀ Gaṛavī	m∘ Swing ਝੂਲਾ jhūlā	m∘ Razor ਉਸਤਰਾ Ustarā
m∘ Hammer ਹਥੌੜਾ Hathauṛā	m∘ Pliar ਪਲਾਸ Palās	m∘ *Screwdriver* ਪੇਚਕਮ Pēchkas	m∘ Saw ਆਰਾ Ārā	m∘ Wrench ਰੈਂਚ Rēnch

f∘ Chisel ਛੈਣੀ Velaṇī	f∘ Ax ਕੁਹਾੜੀ Kuhāṛī	m∘ Shovel ਬੇਲਚਾ bēlacā	m∘ Screw ਪੇਚ Pēch	f∘ Nail ਮੇਖ Mēkh
m∘ Phone ਫੋਨ Phōn	f∘ Cell ਮੋਬਾਇਲ Mōbā'il	f∘ Radio ਰੇਡੀਓ Rēḍī'ō	m∘ TV ਟੀਵੀ Ṭīvī	m∘ Computer ਕੰਪਿਊਟਰ Kapi'ūṭar
f∘ Chess ਸ਼ਤਰੰਜ Śataraj	f∘ Scissors ਕੈਂਚੀ Kaicī	m∘ Thread ਧਾਗਾ Dhāgā	m∘ Broom ਝਾੜੂ Jhāṛū	f∘ Watch ਘੜੀ Gharī
m∘ Diamond ਹੀਰਾ Hīrā	f∘ Ring ਮੁੰਦਰੀ Mudarī	m∘ Necklace ਹਾਰ, ਮਾਲਾ Hār, Mālā	m∘ Mirror ਸ਼ੀਸ਼ਾ Śīśā	m∘ News Paper ਅਖਬਾਰ Akhabār
f∘ Bicycle ਸਾਈਕਲ Sā'īkal	f∘ Car ਗੱਡੀ gaḍḍī	m∘ Airplane ਜਹਾਜ਼ Jahāz	f∘ Boat ਬੇੜੀ Bēṛī	f∘ Rail ਰੇਲ ਗੱਡੀ Rēl gaḍī
m∘ Circle ਗੋਲ gōl	m∘ Triangle ਤਿਕੋਣ Tikōṇ	m∘ Square ਵਰਗ Varag	m∘ Hexagaon ਭੁਜ Bhuj	f∘ oval ਓਵਲ Ōval

m◦ Accountant ਮੁਨੀਮ munīm	m◦ Bus-wālā ਬੱਸ ਡਰਾਈਵਰ Basa ḍarā'īvar	m◦ Barber ਨਾਈ Nā'ī	m◦ Carpenter ਤਰਖਾਣ Tarakhāṇ	m◦ Boatman ਮਲਾਹ Malāh
f◦ Dancer ਨਰਤਕੀ Naratakī	m◦ Potter ਘੁਮਿਆਰ Ghumi'ār	m◦ Farmer ਕਿਸਾਨ Kisān	m◦ Labourer ਮਜ਼ਦੂਰ Mazadūr	m◦ Lawyer ਵਕੀਲ Vakīl
m◦ Magician ਜਾਦੂਗਰ Jādūgar	m◦ Musician ਸੰਗੀਤਕਾਰ Sagītakār	m◦ Painter ਚਿੱਤਰਕਾਰ Citarakār	m◦ Goldsmith ਸੁਨਿਆਰਾ Suni'ārā	m◦ Police ਪੁਲਿਸ Pulis
m◦ Player ਖਿਡਾਰੀ Khiḍārī	m◦ Priest ਪੰਡਤ Paḍat	m◦ Soldie ਸਿਪਾਹੀ Sipāhī	m◦ Snake charmer ਸਪੇਰਾ Saperā	m◦ Tailor ਦਰਜੀ Darjī
f◦ Teacher ਅਧਿਆਪਕ Adhi'āpak	m◦ Thief ਚੋਰ Chōr	m◦ Clerk ਕਲਰਕ Kalrak	m◦ Wrestler ਪਹਿਲਵਾਨ Pahilavān	m◦ Swimmer ਤੈਰਾਕ Tairāk
f◦ Nurse ਨਰਸ Naras	f◦ Fruit vendor ਫਲਵਾਲਾ Phal-vālā	m◦ Ascetic ਯੋਗੀ Yōgī	m◦ Washerman ਧੋਬੀ Dhōbī	m◦ Cricketer ਬੱਲੇਬਾਜ਼ Ballɜēbāz

| Guru Nanak 1469-1539 | Guru Angad 1504-1552 | Guru Amardas 1479-1574 | Guru Ramdas 1534-1581 | Guru ArjunDev 1563-1606 |
| Guru Hargobind 1595-1664 | Guru Har Rai 1630-1661 | Guru Harkrishan 1565-1664 | Guru Tegbahadur 1621-1675 | Guru Gobindsingh 1666-1708 |

LESSON 6
READING GURUMUKHI PUNJABI LITERATURE

6.1
CHILDRENS' POETRY
by Vidhata Singh Teer

ਬੱਚਿਆਂ ਲਈ ਕਵਿਤਾਵਾਂ

1. ਮੇਰੀ ਗਾਂ

ਗਾਂ ਮੇਰੀ ਹੈ ਭੋਲੀ ਭਾਲੀ,
ਅੱਖੋਂ ਬਿੱਲੀ ਰੰਗੋਂ ਕਾਲੀ ।
ਸੋਹਣੇ ਸਿੰਗ ਤੇ ਲੰਮੀ ਪੂਛਲ,
ਨਿੱਕੀਆਂ ਨਿੱਕੀਆਂ ਬਣੀਆਂ ਵਾਲੀ ।
ਖਾਵੇ ਘਾਹ, ਖਲ, ਤੂੜੀ, ਕਮੂੰ,
ਵੇਹਲੇ ਵੇਲੇ ਕਰੇ ਜੁਗਾਲੀ ।
ਦੋਵੇਂ ਵੇਲੇ ਦੁੱਧ ਪਿਲਾਵੇ,
ਭਰ ਭਰ ਦੇਵੇ ਗੜਵਾ ਖਾਲੀ ।
ਪੁੱਤਰ ਇਸ ਦੇ ਜੱਗ ਨੂੰ ਪਾਲਣ,
ਓਹਨਾਂ ਨੂੰ ਹਲ ਵਾਹੁਣ ਹਾਲੀ ।
ਇਸ ਦਾ ਦਿੱਤਾ ਸਭ ਜਗ ਖਾਵੇ,

ਆਪ ਨਿਮਾਣੀ, ਸਦਾ ਸਵਾਲੀ ।
ਪੁੱਤਰ ਛੱਡ ਦੁੱਧ ਸਾਨੂੰ ਦੇਵੇ,
ਏਹ ਹੈ ਸਾਨੂੰ ਪਾਲਣ ਵਾਲੀ ।
ਤਾਹੀਏਂ ਇਸਨੂੰ ਕਹਿੰਦੇ ਮਾਤਾ,
ਇਸ ਨੇ ਹੈ ਸਭ ਦੁਨੀਆਂ ਪਾਲੀ ।

2. ਸਾਡਾ ਕਾਕਾ

ਸਾਡਾ ਕਾਕਾ । ਭੁੰਡ ਪਟਾਕਾ ।
ਤਿੱਖਾ ਛੇਹਲਾ । ਮੋਟਾ ਮੋਹਲਾ ।
ਘੁੰਨ ਮਘੁਨਾ । ਗੋਗੜ ਕੁੰਨਾ ।
ਨੰਗ ਧੜੰਗਾ । ਲਾਇ ਦੁੜੰਗਾ ।
ਡਿਗਦਾ ਢਹਿੰਦਾ । ਨਚਦਾ ਰਹਿੰਦਾ ।

ਉਡਦਾ ਜਾਵੇ । ਹੱਥ ਨਾ ਆਵੇ ।
ਢਿੱਡ ਵਜਾਂਦਾ । ਖੇਹ ਉਡਾਂਦਾ ।
ਮਿੱਟੀ ਪਾ ਪਾ । ਬਣਦਾ ਬਾਵਾ ।
ਝੰਡ ਖਿਲਾਰੀ । ਜਿਉਂ ਫੁਲਕਾਰੀ ।
ਟੁੱਕੀਆਂ ਖਾਂਦਾ । ਦੰਦ ਖਿਝਾਂਦਾ ।
ਫੱਕੇ ਮਾਰੇ । ਧੱਕੇ ਮਾਰੇ ।
ਚੀਜੇ ਲੈਂਦਾ । ਰੁਸ ਰੁਸ ਪੈਂਦਾ ।
ਪਲ ਵਿਚ ਮੰਨਦਾ । ਭਾਂਡੇ ਭੰਨਦਾ ।
ਰੋਂਦਾ ਹਸਦਾ । ਕੁਦਦਾ ਨਸਦਾ ।
ਕਰੇ ਰਿਹਾੜਾਂ । ਖਾਵੇ ਝਾੜਾਂ ।
ਕਰ ਕਰ ਅੜੀਆਂ । ਮਾਰੇ ਛੜੀਆਂ ।
ਸੋਹਣਾ ਲਗਦਾ । ਸੋਹਣਾ ਲਗਦਾ ।

3. ਮੇਰਾ ਘੋੜਾ

ਘੋੜਾ ਮੇਰਾ ਹੈ ਹੁਸ਼ਿਆਰ ।
ਤਕੜਾ ਛੁਹਲਾ ਤੇਜ ਤਰਾਰ ।
ਪੋਇਆ ਦੁੜਕੀ ਟਾਪ ਰਵਾਲ ।
ਕਈ ਤਰਾਂ ਦੀ ਚਲਦਾ ਚਾਲ ।
ਇਸਦੇ ਉੱਤੇ ਹੋ ਅਸਵਾਰ ।
ਲੁੱਟਦਾ ਹਾਂ ਮੈਂ ਮੌਜ ਬਹਾਰ ।
ਰੋਜ ਦੁੜਾਂਦਾ ਜਾਂਦਾ ਹਾਂ ।
ਅੱਡੀ ਮਾਰ ਭਜਾਂਦਾ ਹਾਂ ॥
ਖਾਂਦਾ ਹੈ ਇਹ ਦਾਣਾ ਘਾਹ ।
ਮੋਟਾ ਹੁੰਦਾ ਜਾਂਦਾ ਵਾਹ ।

ਜਦੋਂ ਖ਼ੁਸ਼ੀ ਵਿਚ ਆਵੇ ਇਹ ।
ਦੌੜ ਦੁੜੰਗੇ ਲਾਵੇ ਇਹ ।
ਸੋਹਣਾ ਮੇਰਾ ਪਿਆਰਾ ਘੋੜਾ ।
ਸੋਹਣਾ ਮੇਰਾ ਪਿਆਰਾ ਘੋੜਾ ।

4. ਘੜੀ

ਘੜੀਏ ਨੀ ਕੀ ਕਹਿੰਦੀ ਹੈਂ ?
ਟਿਕ ਟਿਕ ਕਰਦੀ ਰਹਿੰਦੀ ਹੈਂ ।
ਨਾ ਕੁਝ ਖਾਂਦੀ ਪੀਂਦੀ ਹੈਂ !
ਫਿਰ ਤੂੰ ਕੀਕਣ ਜੀਂਦੀ ਹੈਂ ?

ਕਰ ਕੇ ਟੁਣ ਟੁਣ, ਟੁਣ ਟੁਣ ਟੁਣ ।
ਬੋਲੀ, "ਬੀਬਾ ! ਸੁਣ, ਸੁਣ, ਸੁਣ !
ਉਮਰ ਗੁਜ਼ਰਦੀ ਜਾਂਦੀ ਏ,
ਮੁੜ ਕੇ ਹੱਥ ਨਾ ਆਂਦੀ ਏ ।
ਜੋ ਚਾਹੋਂ ਸੋ ਕਰ ਲੈ ਹੁਣ,
ਦੱਮ ਨੇਕੀ ਦਾ ਭਰ ਲੈ ਹੁਣ ।
ਇਹੋ ਈ ਰੌਲਾ ਪਾਂਦੀ ਹਾਂ,
ਟੁਣਕੇ ਟੁਣਕ ਜਗਾਂਦੀ ਹਾਂ ।
ਕੰਮ ਕਰੋ, ਕੁਝ ਕੰਮ ਕਰੋ,
ਐਵੇਂ ਖਰਚ ਨਾ ਦੱਮ ਕਰੋ ।"

5. ਮੇਰੀ ਬੇੜੀ

ਇਹ ਵੇਖੋ ! ਮੇਰੀ ਬੇੜੀ ਏ ।
ਮੈਂ ਪਾਣੀ ਦੇ ਵਿੱਚ ਰੇੜ੍ਹੀ ਏ ।

ਇਹ ਵਾਹ ਵਾਹ ਤਾਰੀ ਤਰਦੀ ਏ ।
ਬਣ ਹਰਨੀ ਚੁੰਗੀਆਂ ਭਰਦੀ ਏ ।
ਜਦ ਘੁੰਮਣ ਘੇਰੀ ਆਉਂਦੀ ਏ ।
ਏਹ ਵਾਹ ਵਾਹ ਘੁੰਮਰ ਪਾਉਂਦੀ ਏ ।
ਹਥ ਮੇਰੇ ਇਸ ਦੇ ਚੱਪੇ ਨੇ ।
ਉਹ ਲਾਂਦੇ ਇਸਨੂੰ ਧੱਪੇ ਨੇ ।
ਪਾਣੀ ਵਿਚ ਮੌਜਾਂ ਕਰਦੀ ਏ ।
ਪਈ ਬਤਖਾਂ ਵਾਂਙੂ ਤਰਦੀ ਏ ।
ਜਦ ਡਿਕੇ ਡੋਲੇ ਖਾਂਦੀ ਹੈ ।
ਤਦ ਖ਼ੂਬ ਬਹਾਰ ਵਿਖਾਂਦੀ ਹੈ ।
ਪਈ ਉਚੀ ਨੀਵੀਂ ਹੋਂਦੀ ਹੈ ।
ਤੁਰ ਪੈਂਦੀ, ਕਦੇ ਖਲੋਂਦੀ ਹੈ ।
ਡਰਦੀ ਨਹੀਂ ਛੱਲਾਂ ਲਹਿਰਾਂ ਤੋਂ ।
ਇਹ ਲੰਘਦੀ ਕਪਰ ਕਹਿਰਾਂ ਚੋਂ ।
ਜਦ ਪਾਣੀ ਪੈ ਕੇ ਭਰਦੀ ਹੈ ।
ਤਦ ਡੁਬ ਜਾਂਦੀ, ਨਾ ਤਰਦੀ ਹੈ ।
ਮੈਂ ਝਟ ਪਟ ਹੋਰ ਬਣਾਂਦਾ ਹਾਂ ।
ਛੱਡ ਪਾਣੀ ਵਿਚ ਤਰਾਂਦਾ ਹਾਂ ।

6. ਮੇਰੀ ਚੁੰਨੀ

ਵੇਖੋ ਜੀ ! ਇਹ ਮੇਰੀ ਚੁੰਨੀ ।
ਆਹਾ ਜੀ ! ਇਹ ਮੇਰੀ ਚੁੰਨੀ ।

ਵੇਖੋ ! ਮੇਰੀ ਪਿਆਰੀ ਚੁੰਨੀ ।
ਰੰਗ ਰੰਗੀ ਗੁਲਨਾਰੀ ਚੁੰਨੀ ।

ਗੋਟੇ ਨਾਲ ਸਵਾਰੀ ਚੁੰਨੀ ।
ਮਲਮਲ ਦੀ ਇਕਤਾਰੀ ਚੁੰਨੀ ।

ਵੇਖੋ ਜੀ ! ਇਹ ਮੇਰੀ ਚੁੰਨੀ ।

ਮਾਤਾ ਜੀ ਦੇ ਦਿਲ ਵਿਚ ਆਇਆ ।
ਗੋਟੇ ਦਾ ਇਕ ਥਾਨ ਮੰਗਾਇਆ ।
ਚੁੰਨੀ ਨੂੰ ਲਾ ਕੇ ਚਮਕਾਇਆ ।
ਕੋਨੇ ਕੋਨੇ ਤੇ ਫੁੱਲ ਪਾਇਆ ।

ਆਹਾ ਜੀ ! ਇਹ ਮੇਰੀ ਚੁੰਨੀ ।

ਰੰਗ ਇਦ੍ਹਾ ਹੈ ਟਸ ਟਸ ਕਰਦਾ ।
ਗੋਟਾ ਇਸ ਦਾ ਲਸ ਲਸ ਕਰਦਾ ।
ਚਾਨਣ ਵਿਚ ਚੰਦ ਵਾਂਙੂ ਚਮਕੇ ।
ਝਿਲਮਿਲ ਝਿਲਮਿਲ ਕਰਕੇ ਦਮਕੇ ।

ਵੇਖੋ ਜੀ ! ਇਹ ਮੇਰੀ ਚੁੰਨੀ ।

ਇਸ ਨੂੰ ਹੁਣ ਮੈਂ ਠੱਪ ਠਪਾ ਕੇ ।
ਰੱਖੂੰ ਸਾਂਭ ਸੰਦੂਕੇ ਪਾ ਕੇ ।
ਮੇਲੇ ਉੱਤੇ ਲੈ ਜਾਵਾਂਗੀ ।
ਸਾਂਭ ਦਿਆਂਗੀ ਜਦ ਆਵਾਂਗੀ ।

ਵਾਹਵਾ ਜੀ ! ਇਹ ਮੇਰੀ ਚੁੰਨੀ ।

7. ਮੇਰੀ ਚਰਖੀ

ਕੱਤਦੀ ਹਾਂ ਮੈਂ ਕੱਤਦੀ ਹਾਂ ।
ਚੱਕਰ ਦੇ ਦੇ ਦੇ ਖ਼ੂਬ ਝੂਟਾਂ ।
ਦੇਖੋ ਕੁੜੀਓ, ਦੇਖੋ ਖਾ ।
ਚਰਖੀ ਮੈਨੂੰ ਦਿੱਤੀ ਮਾਂ ।
ਸੂਤ ਕਰੇ ਇਹ ਪੂਣੀਆਂ ਨੂੰ ।
ਕਰਦੇ ਏ ਘੂੰ ਘੂੰ ਘੂੰ ।

ਸੋਹਣੀ ਕਰਾ ਰੰਗੀਲੀ ਏ ।
ਸੂਹੀ ਜਾਂਵੀ ਪੀਲੀ ਏ ।
ਪਰੀਆਂ ਇਸ ਵਿੱਚ ਗਾਵਣ ਜੀ ।
ਦੇਖੋ ਤਾਂ ਲੁਕ ਜਾਵਣ ਜੀ ।
ਨੀ ਦੀਨੋ ਨਾ ਦੇਖੀਂ ਤੂੰ ।
ਸੂਤ ਲੈ ਇਹਦੀ ਘੂੰ ਘੂੰ ਘੂੰ ।

ਵਾਹ ਮੇਰੇ ਚਰਖੇ ਦੀ ਚਾਲ ।
ਚਰਖੀ ਉੱਤੇ ਨੱਚਦੀ ਮਾਲ ।
ਹੌਲੀ ਗੋਡੇ ਮਾਰਦੀ ਏ ।
ਢੋਲੀ ਪਈ ਬਣਾਂਦੀ ਏ ।
ਏਦਾਂ ਕੱਤ ਲਵਾਂਗੀ ਹੂੰ ।
ਘੂੰ ਘੂੰ, ਘੂੰ ਘੂੰ, ਘੂੰ ਘੂੰ, ਘੂੰ ।

ਆ ਨੀ ਨਨ੍ਹੇਂ ਛੋਪੇ ਪਾ ।
ਕਤੀਏ ਦੋਵੇਂ ਸਰਤਾਂ ਸ਼ਾ ।
ਗੋਹੜੇ ਦਈਏ ਸਭ ਮੁਕਾ ।
ਖੇਸੀ ਚਾਦਰ ਲਈਏ ਉਣਾ ।
ਚਰਖੀ ਮਾਂ ਤੋਂ ਲੈ ਆ ਤੂੰ ।
ਆ ਨੀ ਲਾਈਏ ਘੂੰ ਘੂੰ ਘੂੰ ।

8. ਹਾਥੀ

ਵਾਹ ਵਾਹ ਇਹ ਹੈ ਕੈਸੀ ਮੂਰਤ ।
ਉੱਚੀ ਮੋਟੀ ਭਾਰੀ ਸੂਰਤ ।
ਲੱਤਾਂ ਥੰਮ ਚਾਰ ਹਨ ਦਿਸਦੇ ।
ਪੱਖੇ ਵਾਂਙ ਕੰਨ ਹਨ ਇਸਦੇ ।
ਨਾਗਾ ਵਾਂਙ ਸੁੰਡ ਕੁੰਡਲ ਮਾਰੇ ।
ਪਰ ਅੱਖੀਆਂ ਹਨ ਨਿੱਕੇ ਤਾਰੇ ।
ਛੋਟੀ ਪੂਛਲ ਵੱਡਾ ਕੱਦ ।
ਰਬ ਨੇ ਇਹ ਬਣਾਇਆ ਹੱਦ ।
ਜਾਪੇ ਕਾਲਾ ਜਿਹਾ ਪਹਾੜ ।
ਬੋਲੇ ਜਦ ਇਹ ਖੂਬ ਚਿੰਘਾੜ ।
ਸਭ ਨੂੰ ਇਹਦੀ ਅਵਾਜ਼ ਡਰਾਵੇ ।
ਖਲਾ ਅਨ੍ਹੇਰਾ ਨਜ਼ਰੀ ਆਵੇ ।
ਵੇਖੋ ਰਬ ਦੀ ਕੁਦਰਤ ਕੀ ।
ਕੈਸਾ ਅਜਬ ਬਣਾਇਆ ਜੀ ।
ਪੋਨੇ ਗੰਨੇ, ਇਸ ਨੂੰ ਭਾਂਦੇ ।
ਰੋਜ ਮਹਾਵਤ ਇਸ ਨੂੰ ਪਾਂਦੇ ।
ਲੰਮੇ ਲੰਮੇ ਇਸ ਦੇ ਦੰਦ ।
ਚਮਕਣ ਜਿਉਂ ਦੂਤੀਏ ਦਾ ਚੰਦ ।
ਥਲਕੂੰ ਥਲਕੂੰ ਤੁਰਦਾ ਕਰਦਾ ।
ਹਰ ਕੋਈ ਹੈ ਇਸ ਤੋਂ ਡਰਦਾ ।
ਪਰ ਇਹ ਰਬ ਕੀ ਖੇਡ ਰਚਾਈ ।

ਕੀੜੀ ਇਸ ਦੀ ਮੌਤ ਬਣਾਈ ।
ਇਸ ਦੇ ਸੁੰਡ ਵਿਚ ਜਦ ਓਹ ਲੜਦੀ ।
ਸਤਿਆ ਮੁਕੇ ਇਸਦੇ ਧੜ ਦੀ ।
ਇਹ ਪਲ ਵਿਚ ਹੋ ਜਾਂਦਾ ਮੁਰਦਾ ।
ਇੱਕ ਪੈਰ ਨਹੀਂ ਫਿਰ ਇਹ ਟੁਰਦਾ ।

9. ਮੀਂਹ

ਔਹ ਵੇਖੋ ਬੱਦਲ ਆਏ ।
ਪਾਣੀ ਭਰ ਕਿਤੋਂ ਲਿਆਏ ।
ਉਹਨਾਂ ਦਾ ਰੰਗ ਨਿਰਾਲਾ ।
ਭੂਰਾ ਤੇ ਨੀਲਾ ਕਾਲਾ ।
ਲੱਖਾਂ ਈ ਵੇਸ ਵਟਾਂਦੇ ।
ਹਾਥੀ ਘੋੜੇ ਬਣ ਜਾਂਦੇ ।
ਕਹੀ ਬਿਜਲੀ ਚਮਕ ਵਿਖਾਂਦੀ ।
ਝਮ ਝਮ ਕਰ ਕੇ ਲੁਕ ਜਾਂਦੀ ।
ਬੱਦਲ ਪਏ ਗੜ ਗੜ ਗੱਜਣ ।
ਪਏ ਜਿਵੇਂ ਨਗਾਰੇ ਵੱਜਣ ।
ਪਿਆ ਮੋਰ ਪੈਲ ਅੱਜ ਪਾਵੇ ।
ਪੀ ਪੀ ਪਪੀਹਾ ਗਾਵੇ ।
ਠੰਢਕ ਖੇਤਾਂ ਤੇ ਛਾਈ ।
ਹਰ ਥਾਂ ਉੱਗੀ ਹਰਿਆਈ ।
ਸਭ ਥਾਂ ਖ਼ੁਸ਼ਹਾਲੀ ਵੱਸੀ ।
ਸਭ ਸਾੜ ਧਰਤ ਦੀ ਨੱਸੀ ।
ਹੁਣ ਬੜੇ ਹੋਣਗੇ ਦਾਣੇ ।
ਖਾ ਦੁਨੀਆਂ ਮੌਜਾਂ ਮਾਣੇ ।

10. ਤਾਰੇ

ਔਹ ਝਮ ਝਮ ਕਰਦੇ ਤਾਰੇ ।
ਲਗਦੇ ਨੇ ਪਿਆਰੇ ਪਿਆਰੇ ।
ਅੰਬਰ ਤੇ ਕਿਤਨੇ ਛਾ ਗਏ ?
ਕਿੱਥੋਂ ਇਹ ਇਤਨੇ ਆ ਗਏ ?
ਸਾਡੇ ਦਿਲ ਵਿਚ ਇਹ ਆਈ ।
ਇਹ ਚੰਦ ਦੀ ਜੰਞ ਸੁਹਾਈ ।
ਮੋਤੀ ਹਨ ਕਿਸੇ ਲੁਟਾਏ ।
ਹੀਰੇ ਹਨ ਕਿਸੇ ਵਰੁਏ ।
ਜੇ ਦਸ ਵੀਹ ਚੁਗ ਲੈ ਆਈਏ ।
ਤਦ ਹਾਰ ਪ੍ਰੋ ਗਲ ਪਾਈਏ ।
ਲਉ ਵੇਖੋ ਔਹ ਚੰਨ ਆਇਆ ।
ਜਿਸ ਸਭ ਨੂੰ ਢਿੱਕਾ ਪਾਇਆ ।

11. ਲੋਰੀ

ਚੁਪ ਕਰ ਮੇਰੇ ਵੀਰ ਪਿਆਰੇ ।
ਜਾਵਾਂ ਤੈਥੋਂ ਸਦਕੇ ਵਾਰੇ ।
ਖੇਡ ! ਖੇਡ ! ਮੈਂ ਵਾਰੀ ਘੋਲੀ ।
ਸੂਰਤ ਤੇਰੀ ਬੀਬੀ ਭੋਲੀ ।
ਮੈਂ ਗਾਵਾਂਗੀ ਘੋੜੀ ਤੇਰੀ ।
ਤੂੰ ਚੁੱਕੇਂਗਾ ਡੋਲੀ ਮੇਰੀ ।
ਬੀਬਾ ਵੀਰਾ ਅੰਮੀਂ ਜਾਇਆ ।

ਵੇਖ ! ਵੇਖ ! ਔਹ ਕੁੱਤੂ ਆਇਆ ।
ਮੇਰਾ ਸੁਹਣਾ, ਮੇਰਾ ਲਾਲ !
ਆਹ ਲੈ ਖੇਡ, ਖਿਡੇ ਦੇ ਨਾਲ ।
ਆ ਜਾ ਦੋਵੇਂ ਗਿੱਧਾ ਪਾਈਏ ।
ਨੱਚੀਏ, ਟੱਪੀਏ, ਹੱਸੀਏ ਗਾਈਏ ।

12. ਓ ਹਲਵਾਈ

ਓ ਹਲਵਾਈ ਓ ਹਲਵਾਈ ।
ਵਾਹ ਵਾਹ ਤੂੰ ਦੁਕਾਨ ਸਜਾਈ ।
ਭਾਂਤੇ ਭਾਂਤ ਬਣੀ ਮਠਿਆਈ ।
ਥਾਲਾਂ ਵਿਚ ਪਾ ਖੂਬ ਟਿਕਾਈ ।
ਨਾਲ ਤਰੀਕੇ ਥਾਲ ਸਵਾਰੇ ।
ਖੂਬ ਬਣਾਏ ਮਹਿਲ ਮੁਨਾਰੇ ।
ਵਾਹ ਵਾਹ ਸੋਹਣਾ ਰੰਗ ਵਿਖਾਇਆ ।
ਮਠਿਆਈ ਦਾ ਸ਼ਹਿਰ ਵਸਾਇਆ ।
ਲੱਡੂ ਬਰਫੀ ਵਿਚ ਵਸਾਏ ।
ਬੂੰਦੀ ਦੇ ਹਨ ਬੋਹਲ ਲਗਾਏ ।
ਲੰਮੇ ਲੰਮੇ ਸ਼ਕਰ ਪਾਰੇ ।
ਉਹ ਤੂੰ ਪਹਿਰੇਦਾਰ ਖਲਾਰੇ ।
ਜੋੜ ਜਲੇਬੀ ਕਿਲਾ, ਬਣਾਇਆ ।
ਮੇਸੂ ਨੂੰ ਤੂੰ ਪਾਸ ਬਹਾਇਆ ।
ਪੇੜੇ, ਤੇ ਰਸ-ਗੁੱਲੇ, ਤੇਰੇ ।
ਵਾਹ ਵਾਹ ਮਨ ਭਾਂਦੇ ਨੇ ਮੇਰੇ ।
ਕੀ ਭਾ ਹੈਨ ਦਸ ਨਾ ਮੱਠੀਆਂ ।

ਕਿਦਾਂ ਦੇਵੇਂਗਾ ਤੂੰ ਕੱਠੀਆਂ ।
ਕਹਿੰਦਾ ਨਹੀਂ ਉਧਾਰੇ ਦੇਹ ।
ਸਸਤੇ ਨੇ ਤਾਂ ਸਾਰੇ ਦੇਹ ।
ਮੇਰਾ ਨਕਦੇ ਨਕਦ ਵਪਾਰ ।
ਦੇਹ ਮਠਿਆਈ ਮੈਨੂੰ ਯਾਰ ।

13. ਗੋਗੜ ਮੱਲ

ਗੋਗੜ ਮੱਲ ਜੀ ਗੋਗੜ ਮੱਲ ।

ਵਡੇ ਮੱਟ ਦਾ ਵਡਾ ਵੀਰ,
ਫੁਲਿਆ ਹੋਇਆ ਜਿਵੇਂ ਪਨੀਰ ।
ਹਲਵੇ ਕੱਦੂ ਤੋਂ ਸਿਰ ਭਾਰਾ,
ਨਿਕੇ ਕੰਨ ਪਰ ਅਜਬ ਨਜ਼ਾਰਾ ।
ਅਖਾਂ ਦੇਵਣ ਛੇਕ ਵਿਖਾਲੀ,
ਦੰਦ ਬੁਲ੍ਹਾਂ ਦੀ ਸ਼ਾਨ ਨਿਰਾਲੀ ।
ਰੂੰ ਦੇ ਬੋਰੇ ਵਰਗਾ ਪੇਟ,
ਸਤਰ ਫੁਲਕੇ ਲਏ ਸਮੇਟ ।
ਔਹ ਜਾਂਦਾ ਵੇਖੇ ਉਸ ਵਲ,
ਗੋਗੜ ਮੱਲ ਜੀ ਗੋਗੜ ਮੱਲ ।

ਗੋਗੜ ਇਸਦੀ ਦਾ ਕੀ ਕਹਿਣਾ,
ਔਖਾ ਇਸਨੂੰ ਉਠਣਾ ਬਹਿਣਾ ।
ਜੇ ਕੋਈ ਚੀਜ਼ ਪਏ ਡਿਗ ਅੱਗੇ,
ਗੋਗੜ ਮੱਲ ਨੂੰ ਪਤਾ ਨਾ ਲੱਗੇ ।
ਜੇ ਭਜੇ ਤਾਂ ਭਜ ਨਹੀਂ ਸਕਦਾ,

ਖਾਣ ਲਗੇ ਤਾਂ ਰਜ ਨਹੀਂ ਸਕਦਾ।
ਜਿਸ ਮੰਜੇ ਉੱਤੇ ਬਹਿ ਜਾਵੇ,
ਕੜ ਕੜ ਕਰ ਹੀਆਂ ਕੜਕਾਵੇ।
ਪਾਵੇ ਟੁੱਟਣ ਖਾਣ ਕੁੜੱਲ,
ਗੋਗੜ ਮੱਲ ਜੀ ਗੋਗੜ ਮੱਲ।

ਗੋਗੜ ਮੱਲ ਜਾਂ ਫਿਰ ਘਰ ਆਵੇ,
ਨਵੀਂ ਤਰ੍ਹਾਂ ਦੇ ਰੰਗ ਵਿਖਾਵੇ।
ਬਾਲ ਅੰਜਾਣੇ ਭੋਲੇ ਭਾਲੇ,
ਹੁੰਦੇ ਇਸਦੇ ਆਣ ਦਵਾਲੇ।
ਪਰ ਜੇ ਇਸਦੇ ਅੱਗੇ ਆਵਣ,
ਗੋਗੜ ਹੇਠਾਂ ਉਹ ਛੁਪ ਜਾਵਣ।
ਪਏ ਬੁਲਾਵਣ ਗੋਗੜ ਮੱਲ ਨੂੰ,
ਏਹ ਵੀ ਵੇਖੇ ਹੇਠਾਂ ਵਲ ਨੂੰ।
ਪਰ ਗੋਗੜ ਨੇ ਬਾਲ ਲੁਕਾਏ,
ਇਸ ਨੂੰ ਕੁਝ ਨਾ ਨਜ਼ਰੀ ਆਏ।
ਗੋਗੜ ਹੇਠ ਖਲੋਤੇ ਬਾਲ,
ਵੇਖਣ ਬੜੀ ਹਰਾਨੀ ਨਾਲ।
ਲਮਕੀ ਗੋਗੜ ਨੂੰ ਹੱਥ ਲਾਵਣ,
ਖ਼ੁਸ਼ ਹੋਵਣ ਤੇ ਨੱਚਣ ਗਾਵਣ।
ਗਿੱਧੇ ਦੀ ਪਾਵਣ ਤੜਥੱਲ,
ਗੋਗੜ ਮੱਲ ਜੀ ਗੋਗੜ ਮੱਲ।

ਬੀਬਾ ਜੀ ! ਨਾ ਹੋਵੇ ਹਰਾਨ।
ਮੇਰੀ ਗੱਲ ਵਲ ਕਰੇ ਧਿਆਨ।
ਜੇਕਰ ਇਹ ਨਾ ਆਲਸ ਕਰਦਾ,

ਹਿੱਲਣ ਜੁੱਲਣ ਤੋਂ ਨਾ ਡਰਦਾ।
ਮਾਲਸ਼ ਕਰਦਾ ਮਲਦਾ ਤੇਲ,
ਕਸਰਤ ਕਰਦਾ ਇਹ ਡੰਡ ਪੇਲ।
ਰੋਜ਼ ਬੈਠਕਾਂ ਕਢਦਾ ਰਹਿੰਦਾ,
ਰੋਜ਼ ਸਵੇਰੇ ਉਠਦਾ ਬਹਿੰਦਾ।
ਤੜਕੇ ਉਠਕੇ ਕਰਦਾ ਸੈਰ,
ਕਰਦੇ ਪੰਧ ਜੇ ਇਸਦੇ ਪੈਰ।
ਵਾਂਢ ਖਮੀਰ ਕਦੇ ਨਾ ਫੁਲਦਾ,
ਜੇ ਇਹ ਜਾ ਅਖਾੜੇ ਘੁਲਦਾ।
ਫਿਰ ਨਾ ਅਜ ਇਹ ਹੋਂਦੀ ਗੱਲ,
ਪੈਂਦੀ ਇਸਦੀ ਮੂਲ ਨਾ ਅੱਲ।
ਖਿੱਲੀ ਤੁਸੀਂ ਨਾ ਪਾਂਦੇ ਰਲ,
ਗੋਗੜ ਮੱਲ ਜੀ ਗੋਗੜ ਮੱਲ।

14. ਸ਼ਰਾਬੀ

ਵੇਖੋ ! ਔਹ ਸ਼ਰਾਬੀ ਆਇਆ।
ਨਾਲੇ ਬੋਤਲ ਚੁੱਕ ਲਿਆਇਆ।
ਔਹ ਵੇਖੋ ! ਫੜ ਇੱਕੋ ਵਾਰੀ।
ਗਟ ਗਟ ਕਰ ਕੇ ਪੀ ਗਿਆ ਸਾਰੀ।
ਝੂਟੇ ਖਾਂਦਾ, ਡਿਗਦਾ, ਢਹਿੰਦਾ।
ਜੋ ਮੂੰਹ ਆਉਂਦਾ, ਜਾਂਦਾ ਕਹਿੰਦਾ।
ਗੁੱਡਮ-ਗੁੱਡਾ ਹੋ ਕੇ ਕੱਠਾ।
ਔਹ ਵੇਖੋ ! ਖਾ ਚੱਕਰ ਢੱਠਾ।
ਲੱਥੀ ਪਗੜੀ, ਖੁੱਲ੍ਹੇ ਵਾਲ।

ਕੈਆਂ ਕਰਦਾ ਭੈੜੇ ਹਾਲ ।
ਸੁਸਰੀ ਵਾਂਡੂ ਸੌਂ ਗਿਆ ਵੇਖੇ ।
ਸਿਰ ਮੂਰਖ ਦਾ ਭੰ ਗਿਆ ਵੇਖੇ ।
ਔਹ ਵੇਖੇ ! ਇਕ ਕੁੱਤਾ ਆ ਕੇ ।
ਮੂੰਹ ਚੱਟਦਾ ਸੂ ਮਾਰ ਪਚਾਕੇ ।
ਪਰ ਨਹੀਂ ਉਸ ਨੂੰ ਤਨ ਦੀ ਸਾਰ ।
ਖੂਬ ਪਿਆ ਹੈ ਨਿਸਲ ਨਿਸਾਰ ।
ਹੁਣ ਵੇਖੋ ਕੁੱਤੇ ਦੀ ਕਾਰ ।
ਮੂੰਹ ਨੂੰ ਚੱਟ ਕੇ ਜਾਂਦੀ ਵਾਰ ।
ਕੈਸੀ ਕਰ ਕਰਤੂਤ ਗਿਆ ਹੈ ।
ਉਸ ਦੇ ਮੂੰਹ ਤੇ ਮੂਤ ਗਿਆ ਹੈ ।
ਪਰ ਨਹੀਂ ਇਸ ਨੂੰ ਕੁੱਝ ਖ਼ਿਆਲ ।
ਕੀ ਬੀਤੀ ਹੈ, ਮੇਰੇ ਨਾਲ ।
ਦੇਖੋ ਮੂਰਖ ਦੀ ਮੱਤ ਮਾਰੀ ।
ਦਾਰੂ ਪੀ ਕੇ ਸੁਰਤ ਵਿਸਾਰੀ ।
ਪੈਸੇ ਅਪਣੇ ਪੱਲਿਓਂ ਲਾ ਕੇ,
ਰੁਲਦਾ ਹੈ, ਰਾਹਾਂ ਵਿਚ ਆ ਕੇ ।
ਬੀਬੇ ਬੱਚਿਓ ! ਜਿੱਥੇ ਜਾਓ ।
ਉੱਥੇ ਇਸ ਦੀ ਗੱਲ ਸੁਣਾਓ ।
ਨਾ ਕੋਈ ਮੂਰਖ ਬਣੇ ਸ਼ਰਾਬੀ ।
ਇਸ ਵਿਚ ਹੁੰਦੀ ਖੇਹ ਖਰਾਬੀ ।

15. ਜੇ ਤੂੰ ਚਾਹਵੇਂ

ਜੇ ਤੂੰ ਭਲਾ ਅਖਾਣਾ ਚਾਹਵੇਂ,
ਬੀਬਾ ਦਿਲ ਭਲਾਈ ਧਾਰ ।
ਜੇ ਤੂੰ ਦਾਨਾਂ ਬਣਨਾ ਲੋਚੇਂ,
ਚੁੱਭੀ ਸਰ ਵਿਦਿਆ ਵਿੱਚ ਮਾਰ ।
ਜੇ ਤੂੰ ਰਸ ਮਾਣਨਾ ਚਾਹਵੇਂ,
ਹਰ ਇੱਕ ਜੀ ਨੂੰ ਮਿੱਠਾ ਬੋਲ ।
ਜੇ ਤੂੰ ਸੱਚਾ ਬਣਨਾ ਚਾਹਵੇਂ,
ਝੂਠੇ ਵਸਣ ਨਾ ਦੇਵੀਂ ਕੋਲ ।
ਜੇ ਤੂੰ ਚਾਹਵੇਂ ਚਰਚਾ ਤੇਰੀ,
ਹੋਵੇ ਹਰ ਇਕ ਘਰ ਦੇ ਵਿੱਚ ।
ਤਾਂ ਫਿਰ ਬੀਬਾ ਦੇਸ ਵਤਨ ਲਈ,
ਸਦਕੇ ਹੋਣਾ ਸਮਝੀਂ ਟਿੱਚ ।
ਜੇ ਤੂੰ ਕੁੱਝ ਵੀ ਬਣਨਾ ਚਾਹਵੇਂ,
ਸੁਣ ਹੇ ਚੰਦ ! ਮਾਂ ਪਿਓ ਦੇ ਲਾਲ !
ਤਾਂ ਫਿਰ ਧੀਰਜ ਦਿਲੋਂ ਨਾ ਛੱਡੀਂ,
ਸੁਘੜ ਬਣੀ ਜਾ ਹਿੰਮਤ ਨਾਲ ।

16. ਬੀਬੀ ਰਾਣੀ

ਇਹ ਬੀਬੀ, ਬੀਬੀ ਰਾਣੀ ਏ ।
ਸਭ ਕਹਿੰਦੇ ਸੁਘੜ ਸਿਆਣੀ ਏ ।
ਇਹ ਦਿਲ ਮਨ ਲਾਕੇ ਪੜ੍ਹਦੀ ਏ ।
ਹਰ ਸਾਲ ਜਮਾਤੇ ਚੜ੍ਹਦੀ ਏ ।
ਜੀ ਜੀ ਨੂੰ, ਜੀ ਜੀ ਕਹਿੰਦੀ ਏ ।
ਭੁਲ ਕੇ ਨਾ ਵਿਹਲੀ ਬਹਿੰਦੀ ਏ ।
ਨਿਤ ਧੋਤੇ ਕਪੜੇ ਪਾਂਦੀ ਏ ।
ਨਿਤ ਮਾਂ ਦਾ ਹੱਥ ਵਟਾਂਦੀ ਏ ।

ਇਹ ਪਾਸ਼ੇ ਖਸਮਾਂ ਖਾਣੀ ਏ ।
ਇਹ ਨ੍ਹਾਮੇ ਬੀਬੀ ਰਾਣੀ ਏ ।
ਇਹ ਰੋਜ ਕੰਮ ਵਿਚ ਜੁੜਦੀ ਏ ।
ਕੁਝ ਪੜ੍ਹਦੀ ਹੈ ਕੁਝ ਗੁੜਦੀ ਏ ।
ਇਹ ਸਿਧੀ ਭੋਲੀ ਭਾਲੀ ਏ ।
ਉਹ ਕ੍ਰੋਧਨ ਦਿਲ ਦੀ ਕਾਲੀ ਏ ।
ਸਭ ਕਹਿੰਦੇ ਪਾਸ਼ੇ ਕਾਣੀ ਏ ।
ਪਰ ਨ੍ਹਾਮੇ ਸੁਘੜ ਸਿਆਣੀ ਏ ।

17. ਹਵਾ

ਮੈਂ ਚਲਦੀ ਹੀ ਨਿਤ ਰਹਿੰਦੀ ਹਾਂ ।
ਟਿਕ ਕੇ ਕਦੇ ਨਾ ਬਹਿੰਦੀ ਹਾਂ ।
ਜੇ ਦਮ ਲੈਣ ਲਈ ਰੁਕ ਜਾਂ ।
ਸਭ ਦਾ ਨੱਕ ਵਿਚ ਦਮ ਲਿਆਂ ।
ਹਰ ਥਾਂ ਮੈਨੂੰ ਪਾਂਦੇ ਹੋ ।
ਜੇ ਲੁਕ ਜਾਂ, ਘਬਰਾਂਦੇ ਹੋ ।
ਬਰਫ ਵਾਂਙ ਵੀ ਹੋ ਜਾਵਾਂ ।
ਅਗ ਵੀ ਬਣ ਬਣ ਕੇ ਆਵਾਂ ।
ਕਰਦੀ ਆਵਾਂ ਜਾਂ ਸਾਂ ਸਾਂ ।
ਦੁਨੀਆਂ ਉੱਤੇ ਮੀਂਹ ਵਸਾਂ ।
ਬੂਟੇ ਢਾਹਵਾਂ ਨਜ਼ਰ ਨਾ ਆਂ ।
ਛੇਹ ਕੇ ਫੇਰ ਹਵਾ ਹੋ ਜਾਂ ।
ਇਹੋ ਮੇਰਾ ਹੈ ਸੁਭਾ ।
ਬੱਚਿਓ ! ਮੈਂ ਹਾਂ ਕੁੜੀ ਹਵਾ ।

18. ਅੱਜ ਵਿਸਾਖੀ ਏ

ਬੀਬੀ ਮਾਂ ! ਪਿਆਰੀ ਮਾਂ !
ਕਪੜੇ ਨਵੇਂ ਸਵਾ ਦੇ ਖਾਂ ।
ਪਾ ਕੇ ਮੈਂ ਮੇਲੇ ਤੇ ਜਾਂ ।
ਊਂ ਊਂ ਅੱਜ ਵਿਸਾਖੀ ਏ ।

ਜੀ ਵੇ ਪੁਤਰ ! ਜੁਗ ਜੁਗ ਜੀ ।
ਮੇਲੇ ਜਾ ਲੈਣਾ ਈ ਕੀ ?
ਡਾਢਾ ਭੀੜ ਭੜੱਕਾ ਈ ।
ਘਰ ਹੀ ਰਹੁ, ਮੈਂ ਸਦਕੇ ਲਾਲ !

ਬੀਬੀ ਮਾਂ ! ਪਿਆਰੀ ਮਾਂ !
ਪੈਸੇ ਦੇਹ ਮੈਂ ਖਰਚਾਂ ਖਾਂ ।
ਬਰਫੀ ਪੇੜੇ ਲੈ ਕੇ ਆਂ ।
ਹਾਂ ! ਹਾਂ !! ਅੱਜ ਵਿਸਾਖੀ ਏ ।

ਜੀ ਵੇ ਪੁਤਰ ! ਜੀ ਵੇ ਲਾਲ ।
ਚੰਗਾ ! ਜਾਵੀਂ ਭਾਈਏ ਨਾਲ ।
ਕੱਲੇ ਗਏ, ਗਵਾਚਣ ਬਾਲ ।
ਕੱਲਾ ਨਾ ਜਾ ਸਦਕੇ ਲਾਲ ।

ਬੀਬੀ ਮਾਂ ! ਪਿਆਰੀ ਮਾਂ !
ਪੀਲੀ ਪੱਗ ਰੰਗਾ ਦੇ ਖਾਂ ।
ਬੂਟ ਰੁਮਾਲ ਲਿਆ ਦੇ ਖਾਂ ।
ਵੇਖਾਂ ! ਅੱਜ ਵਿਸਾਖੀ ਏ ।

ਜੀ ਵੇ ਪੁਤਰ ! ਸਦਕੇ, ਆ !
ਪੱਗ ਲਈ ਸੀ ਕੱਲ੍ਹ ਰੰਗਾ ।
ਬੰਨ੍ਹ ਲੈ ਸਿਰ ਤੇ ਕੱਪੜੇ ਪਾ ।
ਆ ਫਿਰ ਲਗ ਜਾ ਹਿੱਕ ਦੇ ਨਾਲ ।

ਬੀਬੀ ਮਾਂ ! ਪਿਆਰੀ ਮਾਂ !
ਕਪੜੇ ਵੀ ਪਾ ਲਏ ਹੁਣ ਤਾਂ ।
ਦਸ ਨਾ, ਹੁਣ ਮੈਂ ਮੇਲੇ ਜਾਂ ?
ਵੇਖਾਂ ! ਅੱਜ ਵਿਸਾਖੀ ਏ ।

ਜਾ ਪੁੱਤਰ ! ਮੈਂ ਸਦਕੇ ਜਾਂ ।
ਪਰ ਇਹ ਗੱਲ ਭੁਲਾਵੀਂ ਨਾ ।
ਗੰਦ ਮੰਦ ਓਥੇ ਖਾਵੀਂ ਨਾ ।
ਘਰ ਮੁੜ ਆਵੀਂ ਵੇਲੇ ਨਾਲ ।

19. ਕਾਠ ਦਾ ਘੋੜਾ

ਵਾਹ ਵਾਹ ਜੀ, ਇਹ ਮੇਰਾ ਘੋੜਾ !
ਤਿੱਖਾ ਜੀ, ਇਹ ਉਡਣਾ ਲੋਹੜਾ ।
ਖੁਲੀਆਂ ਜੀ, ਇਹ ਦੌੜਾਂ ਲਾਵੇ ।
ਜਾਂਦਾ ਜੀ, ਇਹ ਹੱਥ ਨਾ ਆਵੇ ।
ਇਸ ਨੂੰ ਜੀ, ਮੈਂ ਜਦ ਵੀ ਚਾਹਵਾਂ ।
ਦੁੜਕੀ ਜੀ, ਮੈਂ ਖੂਬ ਦੁੜਾਵਾਂ ।
ਤੁਰਦਾ ਜੀ, ਇਹ ਬੰਜਰ ਰੋਂਡੇ ।

ਖੜ ਤੋਂ ਜੀ, ਇਹ ਟਪ ਟਪ ਦੌੜੇ ।
ਰਹਿੰਦਾ ਜੀ, ਇਹ ਸਦਾ ਅਲਾਣਾ ।
ਖਾਂਦਾ ਜੀ, ਇਹ ਘਾਹ ਤੇ ਦਾਣਾ ।
ਦੁੜਕੀ ਜੀ, ਪੋਈਏ ਦੀਆਂ ਚਾਲਾਂ ।
ਜਾਣੇ ਜੀ, ਇਹ ਟਾਪ ਰਵਾਲਾਂ ।
ਲੱਤਾਂ ਜੀ, ਨਹੀਂ ਇਸਨੂੰ ਲੱਗੀਆਂ ।
ਅੱਖਾਂ ਜੀ ਹਨ, ਨਿਰੀਆਂ ਠੱਗੀਆਂ ।
ਲੰਮਾ ਜੀ, ਇਹ ਲੰਮ ਸਲੰਮਾ ।
ਰਹਿੰਦਾ ਜੀ, ਨਾ ਕਦੇ ਨਿਕੰਮਾ ।
ਬਣਿਆ ਜੀ, ਇਹ ਕਾਠ ਕਠੇੜਾ ।
ਆਹਾ ਜੀ, ਇਹ ਕਾਠੀ-ਘੋੜਾ ।

20. ਝੂਠਾ

ਝੂਠੇ ਦਾ ਇਤਬਾਰ, ਕਰਦਾ ਕੋਈ ਨਾ ।
ਝੂਠੇ ਨਾਲ ਪਿਆਰ, ਕਰਦਾ ਕੋਈ ਨਾ ।
ਝੂਠਾ ਰੱਬ ਦੇ ਦਵਾਰ, ਮੂੰਹ ਮੂੰਹ ਖਾਂਵਦਾ ।
ਝੂਠੇ ਨੂੰ ਕਰਤਾਰ, ਮੂੰਹ ਨਹੀਂ ਲਾਂਵਦਾ ।
ਝੂਠਾ ਵਣਜ ਵਿਹਾਰ, ਦੋ ਦਿਨ ਚੱਲਦਾ ।
ਝੂਠਾ ਮਿਤਰ ਯਾਰ, ਮਿਟੀ ਰੱਲਦਾ ।
ਬੀਬਾ ਕਰ ਇਕਰਾਰ, ਝੂਠ ਨਾ ਬੋਲਣਾ ।
ਬਣਕੇ ਬੇ-ਇਤਬਾਰ, ਮਨ ਨਾ ਰੋਲਣਾ ।

DEVOTIONAL SONGS
by Bhai Veer Singh

ਬਿਜਲੀਆਂ ਦੇ ਹਾਰ ਭਾਈ ਵੀਰ ਸਿੰਘ

1. ਸਮਾਂ

ਰਹੀ ਵਾਸਤੇ ਘੱਤ
"ਸਮੇਂ" ਨੇ ਇੱਕ ਨਾ ਮੰਨੀ,
ਫੜ ਫੜ ਰਹੀ ਧਰੀਕ
"ਸਮੇਂ" ਖਿਸਕਾਈ ਕੰਨੀ,
ਕਿਵੇਂ ਨ ਸੱਕੀ ਰੋਕ
ਅਟਕ ਜੋ ਪਾਈ ਭੰਨੀ,
ਤ੍ਰਿੱਖੇ ਅਪਣੇ ਵੇਗ
ਗਿਆ ਟੱਪ ਬੰਨੇ ਬੰਨੀ, –

ਹੇ ! ਅਜੇ ਸੰਭਾਲ ਇਸ "ਸਮੇਂ" ਨੂੰ
ਕਰ ਸਫਲ ਉਡੰਦਾ ਜਾਂਵਦਾ,
ਇਹ ਠਹਿਰਨ ਜਾਚ ਨ ਜਾਣਦਾ
ਲੰਘ ਗਿਆ ਨ ਮੁੜਕੇ ਆਂਵਦਾ ।

2. ਉਡੀਕ

ਆਖ ਗਿਆ ਢੋਲਾ ਲੰਢੇ ਪਹਿਰ ਆਸਾਂ,
ਲੰਢਾ-ਪਹਿਰ ਆਇਆ, ਢੋਲਾ ਨਹੀਂ ਆਇਆ !
ਆਖ ਘੱਲਿਓ ਸੁ ਸੰਝਾਂ ਪਈ ਆਸਾਂ
ਸੰਝਾਂ ਸਮਾਂ ਆਇਆ, ਢੋਲਾ ਨਹੀਂ ਆਇਆ ।
ਗਿਣਤੀ ਗਿਣਦਿਆਂ ਨੂੰ ਰਾਤ ਬੀਤ ਲੱਥੀ,
ਬੱਗਾ ਦੇਹੁੰ ਆਇਆ, ਢੋਲਾ ਨਹੀਂ ਆਇਆ !
ਬੱਦਲ ਮੁਲਖਾਂ ਦੇ ਜੁੜੇ ਮੀਂਹ ਆਣ ਲੱਥੇ,
ਅਜੇ ਨਹੀਂ ਆਇਆ, ਢੋਲਾ ਨਹੀਂ ਆਇਆ !

3. ਫੁੱਲ

ਕੱਲ੍ਹ ਡਿੱਠਾ ਮੈਂ ਫੁੱਲ ਬਨਫ਼ਸ਼ਾ,
ਉਸ ਲੜ ਹਕੀਮ ਦਾ ਫੜਿਆ,
ਆਖੇ: "ਸਾਨੂੰ ਦੇਸ਼ ਹੁਸਨ ਤੋਂ
ਦਸ ਕਿਉਂ ਤੂੰ ਨਿਤ ਫੜ ਖੜਿਆ ?
ਭੰਵੇਂ, ਮਲੇਂ, ਬਨਾਵੇਂ ਕਾਹੜੇ,
ਸਭ ਮਾਰ ਸੁੰਦਰਤਾ ਸੱਟੇਂ !
ਹੁਸਨਾਂ ਦੇ ਸੁਲਤਾਨ ਸ਼ਾਹ ਤੋਂ
ਉਇ ਕਿਉਂ ਤੂੰ ਕਦੇ ਨ ਡਰਿਆ ?"

4. ਅੱਜ

"ਕੱਲ੍ਹ" ਚੁੱਕੀ ਹੈ ਬੀਤ
ਵੱਸ ਤੋਂ ਦੂਰ ਨਸਾਈ,
"ਭਲਕ" ਅਜੇ ਹੈ ਦੂਰ
ਨਹੀਂ ਵਿਚ ਹੱਥਾਂ ਆਈ,
"ਅੱਜ" ਅਸਾਡੇ ਕੋਲ
ਵਿੱਚ ਪਰ ਫ਼ਿਕਰਾਂ ਲਾਈ,
"ਕੱਲ੍ਹ" "ਭਲਕ" ਨੂੰ ਸੋਚ
"ਅੱਜ" ਇਹ ਮੁਫ਼ਤ ਗੁਆਈ ।

ਹੇ ! ਸੰਭਲ ਸੰਭਾਲ ਇਸ ਅੱਜ ਨੂੰ,
ਇਹ ਬੀਤੇ "ਮਹਾਂ ਰਸ" ਪੀਂਦਿਆਂ,
"ਹਰਿ ਰਸ" ਵਿਚ ਮੱਤੇ ਖੀਵਿਆਂ,
"ਹਰਿਰੰਗ", "ਹਰਿਕੀਰਤ" ਚਉਂਦਿਆਂ ।

5. ਰਸ-ਰੱਤਿਆਂ ਦੀ ਖੋਜ

ਸਾਨੂੰ ਰਮਜ਼ ਮਿਲੀ ਸਰਕਾਰੋਂ,
ਇਕ ਸੈਨਤ ਧੁਰ ਸਰਕਾਰੋਂ-
ਇਕ ਸੈਨਤ ਧੁਰ ਦਰਬਾਰੋਂ,
ਇਕ ਭੇਤ ਧੁਰ ਦਰਬਾਰੋਂ ।
ਇਸ ਸੈਨਤ ਸੋਝੀ ਪਾਈ,
ਇਸ ਸੋਝੀ ਨੇ ਹੋਸ਼ ਗੁਆਈ,
ਇਕ ਲਟਕ ਬਿਹੋਸ਼ੀ ਦੀ ਲਾਈ,
ਇਕ ਮਟਕ ਉਡਾਰੀ ਦੀ ਆਈ,
ਇਕ ਝੂਮ ਛਿੜੀ ਰਸਭਿੰਨੀ,

ਇਕ ਖਿਰਨ ਛਿੜੀ ਰੰਗ ਵੰਨੀ,
ਇਕ ਝਰਨ ਝਰਨ ਝਰਨਾਈ,
ਕੁਛ ਥਰਰ ਥਰਰ ਥਰਰਾਈ,
ਜਿਵੇਂ ਠਾਠ-ਤਰਬ ਥਰਰਾਂਦਾ,
ਰਸ ਭਰਿਆ ਰਸ ਬਣ ਜਾਂਦਾ ।
ਵੇ ਮੈਂ ਕਮਲੀ ਕਮਲੀ ਹੋਈ,
ਜਿਉਂ ਤਰਬ ਕੰਬਦੀ ਕੋਈ ।
ਕੋਈ ਪੁੱਛੇ ਤਾਂ ਤਾਰ ਕੀ ਬੋਲੇ,
ਦਿਲ ਭੇਤ ਨੂੰ ਤਾਰ ਕੀ ਖੋਲ੍ਹੇ ?
ਉਹ ਤੇ ਥਰਰ ਥਰਰ ਥਰਰਾਂਦੀ,
ਰਸ ਹੋ ਰਸ ਬੋਲ ਰਸਾਂਦੀ ।
ਵੇ ਜੋ ਰੂਪ ਰਾਗ ਦਾ ਹੋਏ,
ਮੀਂਡ ਵਾਂਗ ਓ ਖਿੱਚ ਖਿਚੋਏ ।
ਪੰਛੀ-ਮਾਰਗਾ ਦੀ ਕੀ ਵੇ ਨਿਸ਼ਾਨੀ,
ਰਸ-ਰੱਤਿਆਂ ਦੀ ਖੋਜ ਮੁਕਾਨੀ ।

(ਤਰਬ=ਤਾਰ)

6. ਉੱਚੀ ਹੁਣ

"ਬੀਤ ਗਈ" ਦੀ ਯਾਦ
ਪਈ ਹੱਡਾਂ ਨੂੰ ਖਾਵੇ,
"ਔਣ ਵਾਲਿ" ਦਾ ਸਹਿਮ
ਜਾਨ ਨੂੰ ਪਿਆ ਸੁਕਾਵੇ,
"ਹੁਣ ਦੀ" ਛਿਨ ਨੂੰ ਸੋਚ
ਸਦਾ ਹੀ ਖਾਂਦੀ ਜਾਵੇ,-
"ਗਈ" ਤੇ "ਜਾਂਦੀ", "ਜਾਇ",

ਉਮਰ ਏ ਵਯਰਥ ਵਿਹਾਵੇ:

"ਯਾਦ" "ਸਹਿਮ" ਤੇ "ਸੋਚ" ਨੂੰ
ਹੇ "ਕਾਲ ਅਕਾਲ" ਸਦਾ ਤੂਹੀਂ !
ਤੂੰ ਕਾਲ ਭੁੱਲ ਤੋਂ ਕੱਢ ਕੇ
"ਹੁਣ ਉੱਚੀ" ਵਿਚ ਟਿਕਾ ਦਈਂ ।

7. ਮਹਿੰਦੀ ਦੇ ਬੂਟੇ ਕੋਲ

ਮਹਿੰਦੀਏ ਨੀ ਰੰਗ ਰੱਤੀਏ ਨੀ !
ਕਾਹਨੂੰ ਰਖਿਆ ਈ ਰੰਗ ਲੁਕਾ ਸਹੀਏ !
ਹੱਥ ਰੰਗ ਸਾਡੇ ਸ਼ਰਮਾਕਲੇ ਨੀ
ਵੰਨੀ ਅੱਜ ਸੁਹਾਗ ਦੀ ਲਾ ਲਈਏ,
ਗਿੱਧੇ ਮਾਰਦੇ ਸਾਂ ਜਿਨ੍ਹਾਂ ਨਾਲ ਹੱਥਾਂ
ਰੰਗ ਰੱਤੜੇ ਦੇ ਗਲੇ ਪਾ ਦੇਈਏ, –
ਗਲ ਪਾ ਗਲਵੱਕੜੀ ਖੁਹਲੀਏ ਨਾ,
ਰੰਗ ਲਾ ਰੰਗ-ਰੱਤੜੇ ਸਦਾ ਰਹੀਏ ।

8. ਹਉਂ ਤੇ ਸੱਚ ਮੁੱਚ

ਭੁੰਜੇ ਆਕੜ ਟੁਰਦਿਆ !
ਨਾ ਸਮਝੀਂ ਮੈਂ ਉੱਚਾ:
ਤੂੰ ਉੱਚਾ ਨਹੀਂ ਸੁਹਣਿਆ,
ਤੂੰ ਚੁੱਚਾ ਜਾਂ ਲੁੱਚਾ ।
ਛੱਤ ਉੱਤੇ ਚੜ੍ਹ ਬੈਠਿਆ !
ਨਾ ਸਮਝੀਂ ਮੈਂ ਨ ਉੱਚਾ

ਤੂੰ ਉੱਚੇ ਤੋਂ ਉੱਚਾ ਪਯਾਰੇ,
ਤੂੰ ਸੁੱਚੇ ਤੋਂ ਸੁੱਚਾ ।

9. ਧੋਬੀ

ਧੋਬੀ ਕਪੜੇ ਧੋਂਦਿਆ,
ਵੀਰਾ ਹੋ ਹੁਸ਼ਿਆਰ !
ਪਿਛਲੇ ਪਾਸਿਓਂ ਆ ਰਿਹਾ
ਮੂੰਹ ਅੱਡੀ ਸੰਸਾਰ ।

10. ਅਣਡਿੱਠਾ ਰਸ-ਦਾਤਾ

ਬੁੱਲ੍ਹਾਂ ਅਧਖੁੱਲ੍ਹਿਆਂ ਨੂੰ, ਹਾਇ
ਮੇਰੇ ਬੁੱਲ੍ਹਾਂ ਅਧਮੀਟਿਆਂ ਨੂੰ
ਛੂਹ ਗਿਆ ਨੀ, ਲਗ ਗਿਆ ਨੀ, –
ਕੌਣ, ਕੁਛ ਲਾ ਗਿਆ ?
ਸਵਾਦ ਨੀ ਅਗੰਮੀ ਆਇਆ
ਰਸ ਝਰਨਾਟ ਛਿੜੀ,
ਲੂੰ ਲੂੰ ਲਹਿਰ ਉੱਠਿਆ
ਤਾਂ ਕਾਂਬਾ ਮਿੱਠਾ ਆ ਗਿਆ ।
ਹੋਈ ਹਾਂ ਸੁਆਦ ਸਾਰੀ,
ਆਪੇ ਤੋਂ ਮੈਂ ਆਪ ਵਾਰੀ, –
ਐਸੀ ਰਸਭਰੀ ਹੋਈ
ਸਵਾਦ ਸਾਰੇ ਦਾ ਗਿਆ ।

ਹਾਏ, ਦਾਤਾ ਦਿੱਸਿਆ ਨਾ
ਸਵਾਦ ਜਿਨ੍ਹੇ ਦਿੱਤਾ ਅੱਸਾ,
ਦੇਂਦਾ ਰਸ-ਦਾਨ ਦਾਤਾ

ਆਪਾ ਕਿਉਂ ਲੁਕਾ ਗਿਆ ?

11. ਵਲਵਲਾ

ਜਿਨ੍ਹਾਂ ਉਚਿਆਈਆਂ ਉਤੇ
"ਬੁੱਧੀ" ਖੰਭ ਸਾੜ ਢੱਠੀ,
ਮੱਲੋ ਮੱਲੀ ਓਥੇ ਦਿਲ
ਮਾਰਦਾ ਉਡਾਰੀਆਂ ;

ਪਯਾਲੇ ਅਣਡਿੱਠੇ ਨਾਲ
ਬੁੱਲ੍ਹ ਲੱਗ ਜਾਣ ਓਥੇ
ਰਸ ਤੇ ਸਰੂਰ ਚੜ੍ਹੇ
ਝੂੰਮਾਂ ਆਉਣ ਪਯਾਰੀਆਂ ;

"ਗਯਾਨੀ" ਸਾਨੂੰ, ਹੋੜਦਾ ਤੇ
"ਵਹਿਮੀ ਢੋਲਾ" ਆਖਦਾ ਏ,
"ਮਾਰੇ ਗਏ ਜਿਨ੍ਹਾਂ ਲਾਈਆਂ
ਬੁੱਧੋਂ ਪਾਰ ਤਾਰੀਆਂ !"

" ਬੈਠ ਵੇ ਗਿਆਨੀ ! ਬੁੱਧੀ-
ਮੰਡਲੇ ਦੀ ਕੈਦ ਵਿੱਚ,
"ਵਲਵਲੇ ਦੇ ਦੇਸ਼" ਸਾਡੀਆਂ
ਲੱਗ ਗਈਆਂ ਯਾਰੀਆਂ ।"

12. ਤ੍ਰੇਲ ਦਾ ਤੁਪਕਾ

ਮੋਤੀ ਵਾਂਙੂ ਢਲੂਕਦਾ
ਤੁਪਕਾ ਇਹ ਜੋ ਤ੍ਰੇਲ
ਗੋਦੀ ਬੈਠ ਗੁਲਾਬ ਦੀ

ਹਸ ਹਸ ਕਰਦਾ ਕੇਲ ;
ਵਾਸੀ ਦੇਸ਼ ਅਰੂਪ ਦਾ
ਕਰਦਾ ਪਯਾਰ ਅਪਾਰ,
ਰੂਪਵਾਨ ਹੈ ਹੋ ਗਿਆ
ਪਯਾਰੀ ਗੋਦ ਵਿਚਾਲ ।
ਅਰਸ਼ੀ ਕਿਰਨ ਇਕ ਆਵਸੀ,
ਲੈਸੀ ਏਸ ਲੁਕਾਇ,
ਝੋਕਾ ਮਤ ਕੁਈ ਪੌਣ ਦਾ
ਦੇਵੇ ਧਰਤਿ ਗਿਰਾਇ ।

ਨਿੱਤ ਪਯਾਰ ਖਿਚ ਲਜਾਂਵਦਾ
ਕਰੇ ਅਰੂਪੋਂ ਰੂਪ ;
ਅਰਸ਼ੀ ਪ੍ਰੀਤਮ ਹੈ ਕੁਈ
ਨਿਤ ਫਿਰ ਕਰੇ ਅਰੂਪ ।

13. ਗਯਾਨ ਅਗਯਾਨ

ਕੁਛ ਜਾਣਿਆ ਆਖਿਆ ਜਾਣ ਲੀਤਾ,
ਕੋਈ ਨਾਉਂ ਬੀ ਆਪ ਬਣਾ ਲਿੱਤਾ,
ਧਯਾਨ ਉਸਦੇ ਵਿੱਚ ਨਾ ਰਤੀ ਰਹਿਆ,
ਆਲੇ ਭੁੱਲ ਦੇ ਵਿੱਚ ਟਿਕਾ ਦਿੱਤਾ,
ਜਦੋਂ ਬਹਿਸ ਹੋਵੇ, ਹਿਕੇ ਕਥਾ ਕਰਨੀ,
ਤਦੋਂ ਗਯਾਨ ਦਾ ਢੋਲ ਵਜਾ ਦਿੱਤਾ,
ਏਸ ਗਯਾਨ ਨਾਲੋਂ ਅਗਯਾਨ ਚੰਗਾ,
ਲਗਾਤਾਰ ਜੇ ਧਯਾਨ ਲਗਾ ਲਿੱਤਾ ।

ਕੁਛ ਜਾਣਿਆ ਕੇ ਕੁਛ ਜਾਣਿਆਂ ਨਾ,

ਨਾਉਂ ਧਰਨ ਦੀ ਜਾਚ ਨਾ ਰਤੀ ਆਈ,
ਕਰ ਲਿਆ ਪ੍ਰਤੀਤ ਪਰ ਅੰਦ੍ਰਲੇ ਨੇ,
ਇਥੇ "ਅਸਲ" ਹੈ ਅਸਲ, ਇਕ ਅਸਲ ਭਾਈ !
ਐਸ "ਅਸਲ" "ਅਨੰਤ" ਵਲ ਲੈ ਲਗੀ,
ਧਯਾਨ ਲਗਾਤਾਰ ਐਸ ਵਲ ਧਾਇਆ ਈ,
ਗਯਾਨ ਵਾਰ ਸੁੱਟੇ ਇਸ ਅਗਯਾਨ ਉੱਤੋਂ,
ਇਹ ਅਗਯਾਨ ਹੀ ਅਸਾਂ ਨੂੰ ਭਾਇਆ ਈ ।

14. ਮੋੜ ਨੈਣਾਂ ਦੀ ਵਾਗ ਵੇ

ਮੋੜ ਨੈਣਾਂ ਦੀ ਵਾਗ ਵੇ !
ਮਨ ਮੋੜ ਨੈਣਾਂ ਦੀ ਵਾਗ ਵੇ ।ਟੇਕ।
ਏਹ ਹਰਿਆਰੇ ਫਸ ਫਸ ਜਾਂਦੇ
ਰੂਪ ਫਬਨ ਦੇ ਬਾਗ ਵੇ,
ਮੁੜ ਘਰ ਆਵਣ ਜਾਚ ਨ ਜਾਣਨ
ਮਿੱਠੇ ਮਖ ਦੇ ਵਾਂਗ ਵੇ,

ਨੈਣ ਨੈਣਾਂ ਵਿਚ ਖੁਲ ਮਿਲ ਜਾਂਦੇ
ਚਾਨਣ ਜਿਊਂ ਦੁ-ਚਰਾਗ ਵੇ,
ਠਗ ਇਕ ਨੈਣ ਵਸਣ ਉਸ ਉਪਬਨ
ਨੈਣ ਜਿਵੇਂ ਠਗ ਨਾਗ ਵੇ,—

ਭੋਲੇ ਨੈਣ ਤੇਰੇ ਜੇ ਆਏ,
ਇਨ੍ਹੂੰ ਨੈਣਾਂ ਦੇ ਲਾਗ ਵੇ,
ਘੇਰ ਨੈਣਾਂ ਦੀ ਨੈਣ ਫਸਣਗੇ
ਨੈਂ ਨ ਸਕਣ ਏ ਝਾਗ ਵੇ,

ਨੈਣ ਨੈਣਾਂ ਵਿਚ ਫਸੇ ਨ ਨਿਕਲੇ
ਨੈਣ ਨੈਣਾਂ ਦਾ ਰਾਗ ਵੇ ।

ਮੋਹੇ ਨੈਣ ਮੋਹਿੰਦੇ ਦਿਲ ਨੂੰ
ਲਾਏ ਪ੍ਰੀਤ ਦਾ ਦਾਗ ਵੇ,
ਦਾਗ਼ੇ ਗਏ ਸੁ ਮੁੜਨ ਨ ਪਿੱਛੇ
ਸਿਰ ਦੇ ਖੇਲਣ ਫਾਗ ਵੇ:

ਜੇ ਵੇ ਮਨਾਂ ਤੈਨੂੰ ਲੋੜ ਆਪਣੀ
ਮੋੜ ਨੈਣਾਂ ਦੀ ਵਾਗ ਵੇ !

ਜੇ ਛਬੀਆਂ ਤੋਂ ਅੰਮ੍ਰਿਤ ਖਿੱਚੋਂ
ਸਿੰਚੋਂ ਆਤਮ ਬਾਗ ਵੇ,
ਖਿੜਿਆ ਦੇਖੋਂ ਅੰਮ੍ਰਿਤ ਸਾਰੇ
ਥਿਰਿਆ ਸੀਸ ਸੁਹਾਗ ਵੇ,
ਖੁੱਲ੍ਹੇ ਛਡਦੇ ਨੈਣ ਮਨਾਂ ਤੂੰ
ਮੋੜ ਨ ਨੈਣਾਂ ਵਾਗ ਵੇ:
ਫਿਰ ਮੋੜ ਨ ਨੈਣਾਂ ਵਾਗ ਵੇ !

15. ਨਾ ਹੋਇ ਉਹਲੇ

ਲੱਗੇ ਪਯਾਰ ਤਾਂ ਪਯਾਰੜਾ ਪਾਸ ਵੱਸੇ,
ਕਦੇ ਅੱਖੀਆਂ ਤੋਂ ਨਾ ਹੋਇ ਉਹਲੇ,
ਕਦੇ ਅੱਖੀਆਂ ਤੋਂ ਜੇ ਹੋਇ ਉਹਲੇ,
ਸੂਰਤ ਉਸਦੀ ਦਿਲੋਂ ਨਾ ਹੋਇ ਉਹਲੇ,
ਸੂਰਤ ਉਸਦੀ ਦਿਲੋਂ ਜੇ ਹੋਇ ਉਹਲੇ,
ਨਾਮ ਜੀਭ ਉੱਤੋਂ ਨਾ ਹੋਇ ਉਹਲੇ,
ਨਾਮ ਜੀਭ ਤੋਂ ਕਦੇ ਜਿ ਹੋਇ ਉਹਲੇ,
ਸੂਰਤ ਦੇਹ ਤੋਂ, ਸ਼ਾਲਾ ! ਤਦ ਹੋਇ ਉਹਲੇ ।

16. ਮੀਂਹ ਮੇਹਰ

ਕੋਈ ਆਖਦੇ ਮੀਂਹ ਵਿਚ ਵਰੁਨ ਮੁਹਲੇ,
ਕੋਈ ਆਖਦੇ ਵੱਸਦੇ ਸਵਾਨ ਬਿੱਲੇ
ਕੋਈ ਆਖਦੇ ਵਰ੍ਹੇ ਗੁਲਾਬ ਚੰਬਾ
ਕੋਈ ਆਖਦਾ ਕਣਕ ਤੇ ਵਰੁਨ ਛੋਲੇ,
ਕੋਈ ਧਰਤ ਅਸਮਾਨ ਦਾ ਵਯਾਹ ਦੱਸੇ,
ਬੱਦਲ ਬੋਲਦਾ ਗਾਉਂਦਾ ਕਹਿਨ ਸੁਹਲੇ:
ਐਪਰ ਪ੍ਰੀਤਮ ਜੀ ਆਖਦੇ "ਮੇਰੂ" ਵਰ੍ਹਦੀ,
ਮਿਹਰ "ਮੀਂਹ" ਉਹਦੀ, ਮੀਂਹ "ਮੇਰੂ" ਬੋਲੇ ।

17. ਦਰ ਢੱਠਿਆਂ ਦੀ ਕਦਰ

ਦਰ ਢੱਠਿਆਂ ਦੇ ਗੁਣਾਂ ਦੀ
ਕਦਰ ਨ ਪੈਂਦੀ ਯਾਰ:
ਗਾਲੇ ਪਏ ਫੁਲ-ਹਾਰ ਦੀ
ਭਾਸੇ ਨ ਮਹਿਕਾਰ ।

18. ਪੱਥਰ--ਸ਼ੀਸ਼ਾ--ਹੀਰਾ

ਮੈਂ ਪੱਥਰ ਸੁਖ ਨੀਂਦੇ ਸੁੱਤਾ,
ਵਿਚ ਸੁਫਨੇ ਕੁਈ ਸੁਣਾਵੇ:
ਬਣ ਹੀਰਾ, ਕਰ ਦੂਰ ਹਨੇਰਾ,
ਤੈਨੂੰ ਚਾਨਣ ਆ ਗਲ ਲਾਵੇ ।
ਆਪਾ ਪੀਹ, ਅੱਗ ਤਾਪ ਸਹਿ,
ਬਣ ਸ਼ੀਸ਼ਾ ਨੂਰ ਮੈਂ ਪਾਇਆ:
ਹੁਣ ਲੋਚਾਂ ਮੈਂ ਹੀਰਾ ਬਣਨਾ,
ਜੇ ਜ਼ਰਬ ਨ ਕੋਈ ਆਵੇ ।

19. ਕਮਲ ਗੋਦੀ ਵਿਚ ਤ੍ਰੇਲ ਮੋਤੀ

ਕਮਲ ਪੱਤ ਤੇ ਪਿਆ ਹਾਂ ਮੈਂ ਹਾਂ ਮੋਤੀ ਤ੍ਰੇਲ
ਝੂੰਮਾਂ ਜੀਕੂੰ ਨੀਰ ਤੇ ਪੱਤਾ ਕਰਦਾ ਕੇਲ, -
ਸੂਰਜ ਰਿਸ਼ਮ ਪ੍ਰੋਤੜਾ ਹੇਠਾਂ ਉਤਰਿਆ ਆਣ,
ਸੋਨੇ ਤਾਰ ਪ੍ਰੋਤੜੇ ਮੋਤੀ ਵਾਂਙੂ ਜਾਣ,
ਡਲਕਾਂ "ਗੋਦੀ-ਕਮਲ" ਮੈਂ ਚਮਕਾਂ ਤੇ ਥਰਰਾਉਂ,
ਜੀਕੂੰ ਖਿੜੀ ਸਵੇਰ ਦੀ ਕਿਰਨ ਦਏ ਲਹਿਰਾਉ ।
ਭਾਗ ਭਰੇ ਜਿਸ ਹੱਥ ਨੇ ਪਲਮਾਇਆ ਮੈਂ ਹੇਠ,
ਸਭ ਨੂਰਾਂ ਦਾ ਹੱਥ ਉਹ ਕਾਦਰ, ਮਾਲਕ, ਸੇਠ,
ਉਹੇ ਸੁਹਾਵਾ ਹੱਥ ਹੈ ਸ਼ਾਹ ਮੇਰੇ ਦਾ ਹੱਥ,
ਸਾਰੇ ਹੱਥ ਉਸ ਹੱਥ ਦੇ ਰਹਿੰਦੇ ਹੇਠਾਂ ਹੱਥ;
ਕਮਲ ਗੋਦ ਅੱਜ ਖੇਡਦਾ ਰਖਿਆ ਮੈਂ ਉਸ ਹੱਥ,
ਕਲ ਪਰ ਗੋਦੀ ਓਸਦੀ ਖੇਡਾਂਗਾ ਛਡ ਵਿੱਥ:
ਘੱਲੇ, ਸੱਦੇ ਪਾਤਸ਼ਾਹ, ਐਥੇ ਉਥੇ ਆਪ, -
ਅਮਰ ਖੇਡ ਮੈਂ ਓਸਦੀ ਖੇਡ ਖਿਡਾਵੇ ਬਾਪ ।

20. ਭੰਬੀਰੀ

ਮੈਂ ਸੁੰਡੀ ਸਾਂ ਭੁੰਏ ਰੁਲਦੀ
ਕੀੜਿਓਂ ਵੱਧ ਨਿਕਾਰੀ,
ਮੈਨੂੰ ਗਯਾਤ ਫੁਰੀ: ਹਾਂ ਮੈਂ ਭੀ
ਜੋਤ ਸੁੰਦਰਤਾ ਸਾਰੀ,
ਏਸ ਖੁਸ਼ੀ ਬੇਹੋਸ਼ ਹੋ ਗਈ,
ਮੁੜੀ ਹੋਸ਼ ਕੀ ਵੇਖਾਂ ?
ਨਿਕਲ ਪਏ ਪਰ ਮੀਨਾਕਾਰੀ,
ਵਾਸ ਫੁੱਲਾਂ ਦੀ ਵਾੜੀ !

OTHER BOOKS by RATNAKAR NARALE

www.ingramcontent.com/pod-product-compliance
Lightning Source LLC
Chambersburg PA
CBHW081116080526
44587CB00021B/3625